உணவே உயிர்

க.செளபர்ணியா

யாப்பு பப்ளிகேஷன்

YAAPPU   PUBLICATION

(Affiliate by Aelay Publish)

Copyright © க.செளபர்ணியா

உணவே உயிர்

ISBN: 978-93-91423-81-0

First Edition: 2021

Typesetting By A.Siva Prakash

Proof Reading by Renuga devi

Cover Design by Anitha Dinesh

உணவே உயிர்

இப்பிரபஞ்சத்தில் தோன்றிய அனைத்து உயிரினங்களுக்கும் இன்றியமையாதது உணவே. உணவிற்கான தேடலே மனித நாகரிகத்தின், வளர்ச்சியின் ஆரம்பம். ஒவ்வொரு உயிரின் அடிப்படையும் உணவே ஆகும். அந்தந்த சுற்றுச்சூழல், காலநிலை போன்ற காரணிகளுக்கேற்ப உணவும் பல மாற்றங்கள் பெற்றது. அதே போல ஒவ்வொரு உயிரும் அவற்றின் உணர்வுகளும் மாறுபடும். உணவு குறித்த நம் கவிஞர்களின் கவிதைகளே இந்தத் தொகுப்பு. ஒவ்வொரு உணவும் ஒவ்வொரு சுவை தருவது போன்றே ஒவ்வொரு கவிதையும் தனி சுவை நல்கும். எல்லா உயிரிகளுக்கும் உணவே உயிர். கவிகளுக்கோ கவிதையே உணவு. உணவும் உணர்வும் கலந்த கவிதைகளின் தொகுப்பே உணவே உயிர்.

தொகுப்பாளர்

தொகுப்பாளர் க.செளபர்ணியா. இவர் கேரள தமிழக எல்லைப்பகுதியில் வசிக்கிறார். தமிழ் வழி கல்வி பயின்றவர். கணிதத்தில் முதுகலை பட்டம் பெற்றிருந்தும் தமிழ் மீது தீராப்பற்று உடையவர். எளிய வார்த்தைகளில் கவிதைகள் புனைபவர். உள்ளத்து உணர்வுகளை கவி வடிப்பவர். முதல் கவிதை அச்சேறியது எட்டாம் வகுப்பில் படிக்கும் போது. அன்று முதல் இன்று வரை கவிதை புத்தகம் வெளியிட வேண்டும் எனும் தீரா வேட்கை உடையவர். பல புத்தகங்களில் துணை ஆசிரியராக கவிதை படைத்துள்ளார். இதுவே இவர் தொகுத்து வழங்கும் முதல் புத்தகம். கணினி மற்றும் வடிவமைத்தலில் ஆர்வம் மிகுந்தவர். புத்தகங்களே இவரது உயிர் நண்பர்கள்.

உணவே உயிர்

வாழும் உயிர்க்கெல்லாம்
உணவே தலையாம் !
விரும்பும் உணவெல்லாம்
வெவ்வேறு வகையாம் !
உயிர் காக்கும்
மருந்துகளும் உணவேயாம் !

ருசிக்குப் புசிப்போரும் உண்டு !
பசியில் தவிப்போரும் உண்டு !
உணவை மதிப்போரும் உண்டு !
அதனை மிதிப்போரும் உண்டு !

பிடிக்கவில்லை என்று ஒதுக்கினாலும்
ருசி மிகுதியென்று அதிகமாய்
உட்கொண்டாலும் ஆபத்தே!

ஊக்கம் கொண்டு இயங்கவும்
உலகம் போற்ற வாழ்வதும்
உயிர் நிலைத்திருப்பதும் உணவாலே !

உணர்வே ஊட்டமாய்
உணவே உயிராய் !

க. சௌபர்ணியா

இணை ஆசிரியர்கள்

- அன்பரசு மணி
- அன்பு மட்டும் அருண் .எஸ்
- ஆ.சத்யா
- இரஜகை நிலவன்
- இரா.ரதிப்பிரியா
- இளங்கவி க. மணிமேகலை
- எஸ் வீ ராகவன்
- க. கலையரசி
- க. சகரியா
- க. ஸ்ரீஜெயந்தி
- புலவர்-எல்.செல்வகுமார்
- கவிச்சுடர்.கு.திலகவதி
- கவிஞர் சா.ஹாஜா மொய்தீன்
- கவிஞர் பாரதி பாஸ்கி
- கவிஞர் வே. புருஷோத்தமன்
- கவிஞர்.இரா.குமுதினி
- கிருத்திகா.ரா
- கு.பூங்கொடி
- கு.ஜனனி
- கௌசிகா திருமூர்த்தி
- ச.சோமசேகர்
- சி. ஜான் போஸ்கோ
- சுரேஷ்.வி.பி
- செ.சித்திரைவடிவு
- சேலம் த.கலையரசன்
- தமிழ்ச்சுடர்
- தாமரை செல்வன் . இரா
- தாமோதரன்
- நா. பூபாலன்

- நேத்ராஸ்ரீ. தெ
- ப.ஜோதிஸ்வரன்
- பழந்தமிழன்கு.கோவர்த்தனன்
- பா.ஹரிதா
- பு நா கிருட்டிணன்
- பு.அஸ்வினி பிரியா.
- பூர்ண லட்சுமி
- மஞ்சு. கி
- மல்லிகா
- மனோ அரவிந் தியாகராஜன்
- மா.விக்னேஷ்
- மீ.அனு
- மு. மாரிச்செல்வி
- மு.திவ்யா
- முனைவர் சீனு. தண்டபாணி
- மோ.திவ்யாராஜ்குமார் (கவிதை பிரியை)
- லெ.சங்கவி
- வி.யோகநந்தினி
- விக்னேஷ் குமார்
- வெற்றிவேல்மணி ஈஸ்வரன்
- ஜெஸ்பின் பிரியா
- ஷாலினி.சி
- ஹேமந்த் குமார் மு
- ஹேமலதா.க
- Abirami SathishKumar
- Bagavathi pavithra.P
- Balaji M
- Breshma Murugan
- C.ANUSHIYA

- Devi
- Dr.G.P.Dhatchayani
- Elakiya Elango
- G.kaviPriya
- Gowrishankar. G
- Hariuma
- Janani s
- Jasim Saharana Thabeaa . M
- K Kameshwaran
- K S RAMAKRISHNAN
- Kalaivani mathiyazhagan
- Lakshminarasimhan KR
- M.SELLAMUTHU M.A..B.Ed..
- M.Selvi
- Malli
- Ms. Kiruthika Muthusamy
- N. Dhanya
- Nirmala . N
- P.Santhosh kumar
- PONRAM.N
- R.Kesavi
- R.T.Sivabalan
- Rangarajan
- Ranjitha. V
- Rudran Vetrivel
- S.NIVIDH
- SATHYA M PILLAI
- Sathyamoorthy

- Shubhaharini suresh
- Sivakumar Thevamalar

- SRINIVASAN T
- Suresh Kumar. N
- T.SINDHU KAVI
- UMADEVI VEERASAMY
- V.SORNALAKSHMI(YAAZHMALAR)
- Vijay kumar
- Yazhine .v.j

உறவின் சுவை உணவிலே

உணவே உயிரே உதிரம் நீயே !

உலகை காக்கும் அறுசுவை மருந்தே !

உணர்வின் உறவில் பகிரும் விருந்தே !

உந்தன் சுவையின் எந்தன் வாழ்வே !

உணவும் உறவே உயிரும் நீயே !

கம்பை களியாக்கி சோள சோறாக்கி

கட்டித் தயிரை சொட்டு மோராக்கி

காலை மாலை அருந்திண்டு நித்தம்

மாவடு வத்தல் கடித்துண்டு - பித்தம்

பிணியும் நீக்குமே இம்மருந்து உண்டு !

காய்கறி கூட்டோடு பந்தியில் நெய்ச்சோறு

மட்டன் கோழிக்குழம்பு பருப்பு சேர்த்து

தலைவாழை உண்டு வாழ்ந்து வந்தால்

தலைமுறைகள் நீண்டு வாழும் காலமே

உள்ளுக்குள்ளே உருகும் நாவின் சுவையிலே !

ஊருக்கு ஊரு உணவிலே தனிருசி !
சமோசா காரவடை இனிப்புலொரு ருசி !
பதநீ நொங்கு தேநீரோடு மீதமொரு ருசி !
கூட்டாஞ்சோறு கிண்டும் உறவில் ஒருருசி !
அம்மாவின் உருண்டைசோறுக்கு தீருமே பசி !

மேல்நாட்டு உணவிலே ஏழாம் சுவையிருக்கு!
தமிழ்நாட்டு உணவிலே உயிராய் உலகமிருக்கு!
சமைத்த உணவு கணத்திலே சுவைக்கயிருக்கு!
திகட்டாமனம் ருசிக்க உமிழ்நீர் காத்திருக்கு !
பொழுதுகண்டு உண்டால் உடல்நலம் செழிச்சிருக்கு !

அன்பரசு மணி

பசியின் கொடுமை

இருப்பவன் கீழே கொட்டுவான்
இல்லாதவன் அதையெடுத்து உண்ணுவான்
இறக்கம் இல்லா இறைவா
நீ இருந்து என்ன பயன்
இருப்பவனுக்கே வாரி கொடுக்கிறாய்
இல்லாத எங்களை அலைய வைக்கிறாய்
கோடி கோடியாய் கொள்ளையடிக்கும்
கூட்டத்திற்கு மத்தியில்
எங்களை தெரு கோடியில்
நிற்க வைக்கிறாய்
பசி இல்லா வயிற்றை எங்களுக்கு கொடுத்து விடு
நாங்கள் பாடையில் போகுவதை நிறுத்தி விடு
ஒரு வேலை உணவு
அது எங்கள் கனவு
உயிர் காக்கும் இறைவனே
எங்கள் உயிரையெடுத்து செல்லாதே
உணவின்றி எங்கள் உயிரை கொல்லாதே !

அன்பு மட்டும் அருண்

எனக்கு பிடித்த உணவு

கம கமன்னு, கார சாரமா
சட்டியில எண்ணெயை ஊத்தி
நச்சுனு நாலு வெங்காயத்தை வெட்டி போட்டு
இஞ்சியத்தான் இடிச்சி போட்டு
தேங்காயத்தான் அரைச்சி ஊத்தி
உப்பை மேல தூவி விட்டு
கரண்டியைக் கொண்டு கிளறி வுட்டு
அரிசியை த்தான் அளந்து போட்டு
நாட்டு கோழியை வாட்டி போட்டு
தண்ணியில மிதக்க விட்டு
அரைச்சி வைச்ச மசாலையை திரட்டி போட்டு
மொத்தமா கலக்கி தட்டால மூடி வுட்டு
கொஞ்ச நேரமிட்டு சாரல் மழையா
கொத்தமல்லியை தூவி வுட்டு இறக்கினா
கம கமன்னு கார சாரமா
எம்முட்டு பிரியாணி ரெடி.

ஆ. சத்யா

உயிர்த்தோட்டமே உண்ணல்

உண்பதே உயிர் தேடித்தானே
இதுவே உலகப்பந்தின்
உண்மையின் நியதியன்றோ?
உக்கிரப்பசியின் உள்ளிழுப்பை- உணவின் உள்வாங்குதலிலே
உயிராக்குதல்சாத்தியமன்றோ?
உருப்பெறும் உயிரின் சக்தியை உள்ளேற்கும் தாதுசத்துக்களில்
உலைக்களம் கொண்டே பெருக்கிடுவோம்.
மணம் வளர்க்க மலர்களும்...
மனதை வளப்படுத்த மதங்களும்
எண்ணங்களை உயர்த்திட நல்ல நூல்களும்
உடல் வளர்த்தேஉயிர் வாழ்ந்திட
உண்ணும் புரதச்சத்துக்களின்
அத்தியாவசியம் அன்றாட வாழ்வை
உயிர்ப்பிக்கின்றதன்றோ?
உயிர்க்காற்று உரமிட உண்ணத்
தாவரங்கள்- அமுதூட்டும்கனிதந்த
உயிரை வழங்கிய கொடையாய்
உணவை தந்தவனை வாழ்த்துவோம்
உணவோடே !

இரஜகை நிலவன்

உணவின் காதலி

சூரியன் இல்லையென்றால்,
பூமி இருண்டுவிடும்
நீ இல்லையென்றால்,
நான் சுருண்டுவிடுவேன்
நீர் இல்லையெனில்,
இந்த உலகம் இல்லை
நீ இல்லையெனில்,
இந்த உயிர் இல்லை
உன்னை மொத்தம் நேசிக்கிறேன்,
உன்னைப்பற்றி மட்டுமே
யோசிக்கிறேன்
உன்னை என்னிடம் தந்துவிடு
இல்லையேல், சத்தமில்லாமல்
செத்துவிடுவேன்.

ரதிப்பிரியா. இரா

உணவே மருந்தாம்

உயிர் வாழ்வதற்கு உண்பது உணவு,
உயிர் வாழ்வதே உண்பதற்காக அல்ல.
முன்வேளையில் உண்ட உணவு
முழுதாக செரித்து விட்ட பின்னரே,
பசியின் அளவினை அறிந்து உணவின் தேவை.
உணவினை வீண் செய்யாமல்
அளவான உணவை எடுத்துக் கொண்டு
உயிர் வாழ்வது சிறப்பு.
நாம் உண்ணும் உணவில் நமது
பெயர் எழுதி இருப்பது போல,
உணவின் மகிமையை உணர்ந்து
அவற்றினை அளவாக எடுத்துக்கொள்வதே வளம்.
அளவான நல்ல உணவே மருந்தாகும்
அதுவே வளமான நல்ல வாழ்வாகும்.

 க. மணிமேகலை.

உணவே மருந்து

உணவே மருந்து அன்று மருந்தே உணவு இன்று
உடல் நலத்திற்கு நல்ல உணவு அவசியம்

துரித உணவுகளை தவிர்த்து
பழைய உணவு பழக்கம் கடைபிடிப்போம்

கீரை காய்கனிகள் உணவில் வைட்டமின்
தானியங்கள் பயிறுகள் தரும் புரதம்

மஞ்சள் வெந்தயம் புண்கள் ஆற்றும்
சீரகம் மிளகு இரத்த அழுத்தம் குறைக்கும்

இலைகளிலும் மருத்துவம் உள்ளது
வெறும் பட்டை மசாலா ஆனது

இட்லி தோசை இடியாப்பம்

உடனே ஜீரணம் ஆகும்
ரசம் மோர் அமிலம் குறைக்கும்

பழரசம் இளநீர் நுங்கு குளுமை
எண்ணெய் வெண்ணெய் வலிமை

ராகவன்.எஸ்.வீ

உணவில்லா உயிர்களுக்கு

ஐந்தறிவு உயிரினங்களோ
அலைந்திடும் உணவிற்காக
இந்த உலகில் அனைவரும்
அறிந்த ஒன்றுதானே !
உணர்ந்திட்ட உள்ளங்களும்
உணவையும் அளித்திட்டால்
உள்ளமும் நிறைந்திடுமே
இன்பமும் அடைந்திடலாம் !
உணவில்லாமல் தவிர்ப்பவர்களுக்கு வாழ்வளிக்க
தாயுள்ளம் கொண்ட நெஞ்சங்களாய்
இயன்றவரை உணவை அளியுங்கள்
இருக்கும்வரை நாம் இந்த உலகினிலே !
வாழ்க்கை இழந்து உணவில்லாமல்
தவிர்ப்பவர்களுக்கு உணவே உயிர் தான் !

கலையரசி

உணவு

உணவு
உழவனின் கைவண்ணம்
பசித்தோருக்கு அருமருந்து
புசிப்பவர்க்கு அது விருந்து
உழவில்லையேல் உணவில்லை - இங்கு
உணவில்லையேல் உயிரில்லை
உயிரை மதிக்கத் தெரிந்த நாம்
உணவையும் உழவையும் மறந்தது ஏனோ!
உணவின் அருமையை
வாழ்வாதாரம் அற்றவர்களிடம் கேளுங்கள்
உழவின் அருமையை
விவசாயிகளிடம் கேளுங்கள்
இரண்டுமே தெய்வம்தான் -அதன்
தேவை அறிந்தோர்க்கு

 க. சகரியா

இறைவன் படைத்த
ஈடில்லா அதிசயம்
எவராலும் மறுக்க
இயலா பொக்கிஷம்
விவசாய குலத்தின்-விலை
மதிக்க முடியா சீதனம்
உயிர்களுக்கு ஊக்கம்
அளிக்க உணவை
மிஞ்ச வேறில்லை
அறிவியல் சாதனம்-இவ்வமுதம்
இயற்கையின் வரம்
ஏழைகளின் தவம் !

 க. ஸ்ரீஜெயந்தி

ஏழை பணக்காரர்

பணக்காரருக்கு
பகட்டான உணவு
பிச்சைக்காரருக்கோ
பசிப்பிணி போக்கி

பணக்காரருக்கு
ருசிக்கும் அமுதாய்
பிச்சைக்காரருக்கோ
பசிக்கு விருந்தாய்

பணக்காரருக்கு
உணவே பிணியாய்
பிச்சைக்காரருக்கோ
உணவே மருந்தாய்

பணக்காரருக்கோ
பிச்சைக்காரருக்கோ
உணவே பிராணம்
உணவாற்றலே உயிர்.

உணவே உயிர்க்கு மூலதனம்

உருவமில்லா உயிரை கட்டுவது
உறுப்பொருளாம் உணவாம்
உயிரின்றி உடலில்லை எனினும்
உணவின்றி உயிருடல் இல்லை

உடலுக்குள் உயிரையும் அந்த
உயிர்வாழ உணவையும் அந்த
உணவுக்குள் உயிர் சக்தியே
உணவின் மகத்துவம்

உண்ணல், பருகள், நக்கல், குடித்தலென
உணவு வகைகளாய் பிரிந்து
உயிரையும் உடலையும் பிணைத்து
உளமகிழ வாழ்விப்பது உணவு

உயிரிகளின் உயிரை காக்கும் உணவை
உயர்வு தாழ்வின்றி
அனைவருக்கும் பகிர்ந்து உண்டி கொடுத்தோர்
உயிர் கொடுத்தோரென்றால்
உணவே, விருந்தாய், மருந்தாய், உயிராய்.

புலவர்-எல்.செல்வகுமார்

உணவெனப்படுவது நிலத்தொடு நீரே

உணவெனப்படுவது நிலத்தொடு நீரே
சங்கம் சொல்லிய உணவின் பொருள்
தமிழன் கொண்ட உறவின் பயிர்
அளவோடு உண்டால் உடலும் சிறக்கும்
அளவிற்கு மிஞ்சினால் உணவும் நஞ்சாம்

பசித்த பின் புசித்தால் நோயில்லை
பாங்காய் சமைத்தால் நொடியுமில்லை
பதமாய் உண்பதால் பண்பாடு சிறக்கும்
பருகி உண்பதால் உணவு செரிக்கும்

சேர்ப்பவை சேர்த்து செழுமையாய் உண்
குறைப்பதை குறைத்து குளுமையாய் உண்
உழைப்புக்கு தக்கபடி உயர்வாய் உண்
உடலுக்கு சேதாரம் என்றும் இல்லை காண்.

கவிச்சுடர் கு.திலகவதி

இட்லி

அரிசி உளுந்தை ஊற வச்சு!
பக்குவமா அதை அரைச்சு!
இட்லியாஅதை அவிச்சு!
அம்மா கையால் எடுத்துவச்சு!
சட்னி சாம்பார் சேர்த்து வச்சு!
ஆவி பறக்க அதை ருசிக்க!

தட்டில் எல்லாம் காலியாச்சு!
உடம்புக்கு ஏற்ற உணவு என்று
உலகமெங்கும் உன் பேச்சு!
என் உடலை பெருக்கி!
உயிர் வளர்த்த நீயே!
எந்தன் உயிர் மூச்சு!

கவிஞர் சா. ஹாஜா மொய்தீன்

உயிர் காக்கும் உணவே

ஆலும் வேலும் பல்லுக்கு உறுதி!
பாட்டி வைத்தியம் சொல்லுக்கு உறுதி!
உண்ணும் உணவிலேயே நம்முடைய நல்வாழ்வு
உணவே மருந்தாக நாம் உட்கொள்கிறோமே

அறிந்தும் அறியாமலும் உணவை
மருந்தாகப் பயன்படுத்துகிறோமே

மஞ்சள் மிளகு சீரகமென அன்றாட சமையலில்
இஞ்சி சுக்கு வேம்பென சிறுவயதில்
மருந்தாக உண்டோமே!

இயற்கையில் கிடைப்பவை
இன்பத்தையே கொடுக்கும்
நொறுங்க தின்றால் நூறு வயது

இயற்கை உணவே சிறந்த மருந்து
இன்பம் கொடுக்கும் அரு மருந்து

இனிய வாழ்வில் உணவுக்கே முதலிடம்
உணவே மருந்து உயிர் காக்குமே!

கவிஞர் பாரதி பாஸ்கி

பாரதி கனவு

உணவே உயிர் எனப் புரிஞ்சிக்கணும்,

அதன் தேவை அறிந்து நடந்துக்கணும்,

உணவினை பிறருக்கும் பகிர்ந்துக் கொடுத்திடணும்,

அதனை சேமித்து வைக்கவும் கத்துக்கணும் .

உணவுக்கு அலையுதுப் பெருங் கூட்டம்,

அதைப் தேடிப் பிடிக்கவே போராட்டம்,

ஒருசாண் வயித்துக்கு பல வேடம்,

போடத்தான் வைக்குது காலக் கட்டம்.

முண்டாசுக் கவிஞன் முழங்க சொன்னான்,

உணவின் தேவையை உரக்கச் சொன்னான்,

"தனியொரு மனிதனுக்கு உணவில்லை எனில்

இந்த ஜகத்தினை அழித்திடுவோம்"

இந்த வரியினை உணர்ந்து வாழ்வினிலே

உணவுத் தட்டுப்பாட்டை தகர்த்தெரிவோம்.

புருஷோத்தமன்.வே

உணவே அறன்

இரை தேடும் பசியென்ற உணர்வு
இறை தராது போயின்
பாரினிலே உயிருக்கு மதிப்பேது!
உணவின் சக்தி
உடலில் பரவும் முன்னே
மூளைக்கு முதற்பங்கு

முகத்திற்கும் பொலிவுண்டு!
நல்லன தேடி
தின்பாய் மனிதா!
மருந்தைத்தேடி போவதேன்
உணவே மருந்தாய் இருந்திட்டால்
உயிருக்கு அதுவே அறன் ஆகிடுமே!
உணவுண்டு வாழும் வாழ்க்கை
அர்த்தமுள்ளதாக்க பிற உயிருக்கு
உணவளித்து வாழியவே!

குமுதினி.இரா

உணவின்றேல் உயிர்களில்லை

ஏழையின் பசிக்கு
ஒரு பருக்கைச் சோறும் அமிர்தமாகும் !
விருந்தோடு உண்ண ஆசையில்லை
உணவின்றித் தவிப்பவர்க்கு விருந்தோம்பலோடு உணவளிக்க
விரும்புகிறேன் !
பசியோடு வாடும் சூதில்லா விலங்குகள்
ஒரு வேளை உணவிற்காக
ஒரு துளி நீருக்காக
உன்னை நாடி வந்தால் விரட்டாதே.!
உன்னால் தூக்கி எறியப்படும்
ஒரு ரொட்டி துண்டில் கடவுளாவாய்
அதன் கண்களுக்கு
விலை கொடுத்து வாங்க முடியாத அன்பை
விலை மதிப்பில்லா பொய்யில்லா அன்பை
அதனிடம் காண்பாய் !
உணவின்றேல் உயிரிகளில்லை !
உயிர்களில்லையேல் உலகமில்லை !

கிருத்திகா.ரா

நல் உணவே தேவை

மும்முறை தடுப்பூசி வரிசையில் மக்கள்
புதிய கோணத்தில் நம்மை துரத்திடும்
பல நோய்கள் எப்படி வந்தது?
நூறு அகவை தாண்டியும் வாழ்ந்திட்ட
நம் குடி - இன்று பாதியை
கூட கடக்க முடியவில்லையே எதனால்?
முன்னவன் வாழ்வினை மறந்ததாலோ
முகிலை கிழித்து வான் வழியே
மானுடம் பறந்திடினும் இங்கே
உணவே உயிர் வாழ்வின் தேவை
தேவை அறிந்து உண்டால் அதுவே
யாக்கை கண்ட நோய்க்கு மருந்து
மருந்தாய் நல் உணவு உண்டு
நலமோடு வாழ்வோம் வாழும் வரை !

பூங்கொடி. கு

நோயற்ற வாழ்வே குறைவற்ற செல்வம்

அளவாக உண்பதே நலமாக வைக்கும்
ஆசைக்கு உண்பதோ ஆபத்தில் தள்ளும் !
உணவே மருந்தென்பது உறைந்தே போனது !
மருந்தையே உணவென உண்ணும் வாழ்க்கையும்
உனதென்று ஆனது !
இஞ்சியும் சுக்கும் மிளகும் திப்பிலியும்
இன்றைய காலத்தின் கைமருந்தானது !
வளமாக வாழ்வோம் தரமாக உண்டே !
காய்கறிகளை உண்டே கரையாத கிருமிகளை
கடல்தாண்டியே துரத்துவோம் !
நோயற்ற வாழ்வே குறைவற்ற செல்வமே
நீரை பருகியே உடலின்
குறைகளைக் களைவோமே !

ஜனனி. கு

கோழிக்கறி கொழம்பே

நெல்லெடுத்து உமியடிச்சு !
மண்சட்டியில சோறாக்கி !
நாட்டுக்கோழி தேடிப்பிடிச்சு !
தோலுரிச்சு மஞ்சதேச்சு !
பொடி பொடியா நறுக்கிப்போட்டு !
வெங்காயம் மிளகரச்சு !
கொழம்பாக்கி கொதிக்கவச்சு !
இளவாழை தேடி அரிஞ்சு !
ஆவிபறக்க சாதம் போட்டு !
கோழிக்கறி கொழம்பு ஊத்தி திங்கையிலே !
என்ன ருசி ஆஹா என்ன ருசி !
என் உசுரே அடங்கிக்கெடக்கு அதுக்குள்ள !
வேறென்ன நாஞ்சொல்ல !

கெளசிகா திருமூர்த்தி

உணவென்னும் உன்னதம்

இரை தேடிச் செல்லும் உயிர்கள் இடம் திரும்ப!
உயிர் காக்கும் உள்ளம் நாட !

ஊர் ஊராய் சென்று
இவர்கள் தம் உயிர்
என்னும் உன்னதம் காக்க
ஒருவேளை உணவெனும்
அமுதம் கண்டிடத் தான் !

கால் கடுக்க நெடுந் தூரம் நடந்தே சென்று
கற்காலம் தாண்டிச் சென்றார்களா ?
ஆளும் கால்கள் ஆனந்தம் காண

அவசர நிலையும்அவசியமாகி
அவஸ்தை அதை அள்ளிக் தர

இங்கு ஒற்றுமையாய் குரல் கொடுப்போம்
உணவென்னும் உன்னதம் காக்க!

ச.சோமசேகர்

உணவின் தேவையை உணரும் தருணம்

மடி கணினிக்கு உயிர் கொடுக்கும்
மின்சக்தி போல
மனிதகுலத்திற்கு உயிர் கொடுக்க
உணவு பொருளே உந்துசக்தி

அங்கே குத்தகைக்கு பிடித்து
வேளாண்மை பார்த்த நிலை
இங்கே குப்பைக்கு போகி
விரையமாகும் அவலநிலை !

இறக்கைகள் நிறைந்த பறவைகளோ காட்டில்
இரைப்பை நிறைக்க பாமரனோ நடுரோட்டிலும்,

கிராமங்களில் மீதமுள்ள பழைய உணவையும் வடகமாக்கும் மக்களின்
மத்தியில்
நகரங்களில் முழு நேர பசியில் உறங்கும்
வாடிபோன சாலையோர மக்கள் !

உணவின் மேல் மொய்க்கும் ஈக்களை போல
உணவின்றி தவிப்பதை போக்க இயன்றவரை,
ஆற்றல் தரும் அன்றாட உணவின் மேல்
அணு அளவாவது அக்கறை கொள்வோம் !

ஜான் போஸ்கோ

உணவே ஊனமானது ஏனோ.?

முதல் உணவாம் தாய்ப்பாலிலே
இல்லா சத்து வேறேதும் உண்டோ

உணவினை மருந்தாய் போற்றிய
முன்னோரும் நூற்றாண்டு தாண்டி வாழ

உணவிலே கௌரவத்தை புகுத்திய
நாமோ மருத்துவமனை நோக்கிய பயணம்

உண்ட சோற்றிலே மருந்தினை கண்ட
நம் முன்னோரை மறந்த நம் குடலோ

செரிக்கவே இன்று மருந்து மாத்திரைகளை
நாடிச்செல்ல வைத்ததின் துயரமென்னவோ

வரலாற்றை மறந்தால் உடலும் ஊனமாகும்
என்பதை நாம் உண்ணும் முறையே சான்று !

சுரேஷ்.வி.பி

நீயும் நானும் குளம்பியுடன்

குதூகலமாய்
கொஞ்சும் போது
குளம்பியும்
குழம்பி போகும்
நாம் அதை ருசிப்போமா ??
என்று

செ.சித்திரைவடிவு

வலிமை உணவு

உழவன் பெற்ற வலிமை
இந்த உலகம் அறியும்,
அந்த கிழவன் உண்ட உணவு
இன்று யாருக்கு தெரியும்?
வலிமை பெற்ற உடல்தானே
வாழ்க்கைக்கு உதவும்,
வரலாற்றை புரட்டினால்தானே
மகத்துவம் புரியும்,
கதகதப்பான களிக்கு ஆயுள் பலம்,
இந்த கம்மஞ்சோற்றில் உடல் வலிமை பெறும்,
கேப்பைக்கூழுக்கு இல்லாத சுவையா?
கம்மங்கூழுக்கு கிடைக்காத புத்துணர்ச்சியா?
வகைவகையான உணவுகள் வயிற்றை நிரப்பும்,
அறுசுவை உணவுகள் ஆயுளை குறைக்கும்.
சிறுதானிய உணவுகளும் சக்தியை கொடுக்கும்,
பழையசோற்றுக்கு உள்ள பலன்
பழக்கத்தில் தெரியும்
உணவே மருந்தென மூத்தோர் சொல் !
இதையே செவிபட உரக்கச்சொல் !

கலையரசன்.த

எனக்குபிடித்தசோறு

புளித்த பழையசோறு மூலசூட்டை தணித்து
மலசிக்கலையும் தவிர்க்கும் சுறுசுறுப்பை கூட்டி
குடல்புண் குணமாகும் வயிற்றுவலி மாயமாகும்
பிரஷர் ஓடிபோகும் உடல் எடையை
குறைத்து இளமை வனப்புபை கூட்டும்
சம்பா நெல்லுசோறு சுறுச்சுறுபே வேறு
ஊரவச்ச சாதத்துக்கு ஊறுகாவே போதும்
நாக்கில் எச்சில் ஊறும்.
மண்பானை மகத்துவமே பேறு
பச்சைமிளகாய் வெங்காயம் தனிச்சுவை கூட்டு
நீச்சதண்ணி சோறு
நீண்டவாழ்வை கொடுக்கும்
தேனும் தினையும் எதுக்கு
பழைய சோறும் மோரும் இருக்கு
பாரம்பரிய சாதம் ரொம்பவும் பிரமாதம்
ஈடு இணை என்றும் இல்ல
இதுக்கு மேல என்ன சொல்ல?

தமிழ்ச்சுடர்

அனுதினமும் அறுசுவை

அதிகாலையில் அடடா !அடடா!

அடடடா! என்று உற்சாகத்தில்

அருந்தும் காபியில் இருந்து தொடங்கும்,

என் நாட்கள் நகர்கின்றது !

காலை உணவு எண்ணி

அன்போடு அம்மா செய்த

ஆவி பறக்கும் உப்புமாவுக்கு

ஆவலுடன் இருந்தது

ஏன் தப்பா அம்மா? என்று

அள்ளி தின்றுவிட்டு

மதிய உணவிற்கு ஆடு தான் வேண்டுமா?

கோழி தான் போதுமா? என்று

மனக்கணக்கு போட

தயிர்சாதமும் மாங்காய் ஊறுகாயும்

என் மனதை கலைக்க

அதை நான் சுவைத்தேன்

அய்யய்யோ ஆனந்தமே!

அந்த சுவை மறையும் முன்னே

இரவின் உணவு வந்தது தேடி

இறைவனுக்கு சொன்னேன் நன்றிகள் கோடி !

தாமரை செல்வன்.இரா

உணவும் உயிரும்

இருள் சூழ்ந்த இரவுதான் கலைய
அருள் பாலிய ஆதவன் ஒளி பொழிய
உன் மொழி கொக்கரக்கோ ஒலி வழியே
என் விழி விளிக்க களித்தோங்கும் கோழி
உன் குலம் செழித்தோங்க வாழிய வாழியவே !
உம்மவன் சேவற்சண்டை கண்டு
கோழி நீ மட்டுமின்றி
நான்கூட தோழி எனக்காதல் கொண்டு
நீண்டு வரும் நட்பால் நீயும்
என் குடும்பத்தில் ஒருத்தி ஆயினும்
ஆண்டு ஆண்டாய் ஆண்டு வரும்
மக்கள் குலம்
நாவினிக்க நாட்டு கோழி நீவுயிர் இறக்க
நான் உனையிழக்க உருகண்
உயங்குசேராமல் இருக்க
பாவம் என்ன செய்ததறியாத பண்ணை கோழி
பலிகொடுத்து மக்கள் உண்ண பரிமாறி
உன்னை காக்கலாகேனோ !

பிட்சாவும் தோசையும்

படைத்தவன் பண்டிகை என கொண்டாட
வறியவன் கடவுள் என வணங்கி வர
கதிரருவாளால் அறுபட்டு நெற்கதிர் துறந்து
பிறந்து உளுந்து கலந்து தண்ணீர் சுரந்து
ஆசைப்பட்டோர் கைசேர்ந்த
தோசையோ நான் !

என் எதிரே !
திண்ணவொரு பண்டமறியாது திண்டாட
வேளுத்தோர் வயிறெல்லாம்
கொழுத்திட்டு வீங்கி வர
எவையெவையோ கலந்திடவே
சுவையாவும் மறந்திடவே
வெண்ணையும் பண்ணையும் ஒருசேர
இம்மையும் மறுமையும் மறையாத பசையோ நீ
சதுர பெட்டியில் சரக்கிறங்கி
வட்ட வடிவில் திட்டமிட்டு
முக்கோண மூளையில் முயன்றாலும்
முடியாது இந்த மரத்தமிழனின் மனம் மாற்ற !

தாமோதரன்

31

ஆரோக்கியம் எங்கே ?

உயிருக்கு உயிர் கொடுக்கும் உணவே!
நீ இல்லையேல் இவ்வுலகில் மனிதம் இல்லை!
உணவில் பலவகை உண்டு !
உனக்கென்று பல சுவையும் உண்டு!
மூவேளை தினம் உண்டோம் அன்று
இடையிடையே நொறுக்கும் உண்டோம் இன்று
கூடி சேர்ந்து கூட்டாஞ்சோறு உண்டோம்
உடல் ஆரோக்கியமாகதானே இருந்தோம் அன்று!
கூட்டம் கூட்டமாய் விரைவு உணவு உண்டோம்
உடல் ஆரோக்கியம்தான் இருக்குமா இன்று!

பூபாலன். நா

உணவை மருந்தாய் எடு

உயிர் வந்து போகும் வரை வாழத்தேவை உணவு
பிறப்பில் தாய் கொடுத்த
தாய் பால் முதல்
இறப்பில் பிள்ளை கொடுத்த
இறுதிப்பால் வரை
உணவு சிலருக்கு உயிர்வாழ
சிலருக்கு ருசி ஏற
ருசிக்கு உண்பவனும் பசியில் ருசி பார்ப்பதில்லை
அன்று என் பாட்டன் தின்ற உணவு
நூறு ஆண்டு அவனை வாழவைத்தது
இன்று என் உணவோ ஐம்பதில் சாகடிக்கத்தானோ?
கலப்படம் இல்லா உணவு
அதை விதைத்த விவசாயிக்கும் கிடைப்பதில்லை !
உணவே மருந்து என்று போய்
மருந்தே இன்று உணவானது !
உணவை மருந்தாய் எடு !
நீண்ட காலம் உயிர் வாழு !

நேத்ராஸ்ரீ. தெ

உயிருக்கு உரமான உணவு

உயிரணுவாய் அன்னையில் கலந்து
உடலுறுப்பை அவள்உணவால் பெற்று
உயிர்ப்பித்தேன் இந்த பூமிலே
உணவுக்கு ஏங்கிய நாவுடனே !

தவழும் பருவத்தில் தாய்பாலும்
நடைபழகும் வயதில் பசும்பாலும்
அழகிய கன்னங்கள் வீங்கியதே
பாசப்பாட்டியின் பருப்புச் சோற்றினிலே !

கண்ணுக்குக் கேரட் கணக்கில்லாதோசை
பயனுள்ளகீரை பஞ்சுப்போல பரோட்டா
சிக்கிய சிக்கனோடு மட்டன் பிரியாணியும்
முள்ளொடு மீனும் கருவாட்டுக் கொழம்பும்
ஒருபுடிபுடிக்க பக்குவமாய் வளர்ந்தேன் !

கைநீட்டிய திண்பண்டம் தந்தையால் கிடைத்தும்
திருடிய ஹார்லிக்ஸே தினமும் தெம்பூட்ட
மனைவியின் சமையல் மனதோடு இனித்தும்
பாராட்ட மறுத்தேன் பரிசு கேட்பாளென !

கல்யாண விருந்தை கலகலப்பாய் தொடங்க
கறிச்சோற்று விருந்தை கடகடவென முடித்து

அவசர உணவை ஆசையாய் உண்ண
ஆரோக்கிய உடல் அலைமோத கண்டேன் !

சர்க்கரை நீரால் உதித்த உடலோ
துளசி நீரால் முடிவு பெற்று
உணவே உறவாகி உயிரும் ஆனதோ !

ஜோதிஸ்வரன்.ட

அரை ஆடை ஆண்டவன்

பறவைகள் எந்திரிக்கும் முன்!
சேவல் கூவும் முன்!
சூரியன் உதிக்கும் முன்!

எருது பூட்டி பூட்டிய
எருதில் கலப்பை பூட்டி!
அரை அங்குல ஆலம்

விதை போட்டு போட்ட
விதை அறுவடையாக
மாதக்கணக்கில் காத்திருப்பான்!

அந்த,
அரை ஆடை ஆண்டவன்!

அவனின் அரை வயிரை நிரப்பி!
நம் முழு வயிரை நிரப்புகிறான்!

பழந்தமிழன் கோவர்த்தனன்.கு

தேநீர்

தலைவலிக்கு என்ன?
மனம்வலிக்கே தீர்வாய் நீ!
தனியாத தாகமாய்,திகட்டாத தாபமாய்,
தேனாடும் வண்டாய் உன்னை நாடுமே,
என் நாவு நேரம் காலமில்லாமல்.
எத்தனை சுகம், உன்னைக் காணும்பொழுது.
எவ்வளவு மணம், உன்னை ஏந்தும் பொழுது.
அப்பப்பா என்ன சுவை இத்தனை சுவையினை கொடுக்கவே, தீயினில்
கொதித்தாயோ
தேநீரே,கிறங்க வைத்தாயே,
உன் ஒற்றை துளியில்!!
எத்தனை முறை ருசித்தாலும்,
சலிக்காத அத்துளி,
சுவைத்தாலே போதுமே!

ஹரிசுதா

ஆரோக்கிய உணவு

புவிதனில் பிறப்பெடுக்க
கருப்பையில் சுமக்கையிலே
அன்னையவள்
கருப்பையில் சுமக்கையிலே

இயற்கை அன்னையவள் படைத்திட்ட
புவி விளைந்த காய் கொண்டு
கனி கொண்டு
வைத்தியமே கொள்ளாது
பத்தியமாய் புசித்ததனால்
தன் உதிரம் காணாது
உன் உதிரம் சீர்பெற்று
நல்நிலை பிறப்பெய்தி தந்திட்ட
உடல் கொண்டு ஆரோக்கியம் சீர்பெறவே
நன்நிலம் விளைகின்ற தாவரங்கள்
தானியங்கள் காய் கனிகள்
புசித்து வைத்தியமே நாடாமல்
வாழ்வதே சிறப்பு.

கிருட்டிணன். பு.நா

உன்னால் வாழ்கிறேன்

பெருங்காற்று வீசி புயலென வந்தது,
காயங்கள் இருப்பினும், ஜீவன் இயங்கியது!
அடை மழை என்னை அதட்டியது,
என் ஆழ்மனம் அமைதி காத்தது!

நிலநடுக்கம்,நில அதிர்வை தந்தது,
நிலையில்லா வாழ்வை மனம் உணர்ந்தது!
சிலரின் வார்த்தைகள், காயங்களை தந்தது.
பலரின் வார்த்தைகள் மருந்தாக மாறியது!

இவ்வாறு தடைகள் பல இருந்தாலும்,
மனிதன் மனம் தடைகளை வெல்லும்!
உணவு இல்லை எனில்,என்னாகும்?
உயிர் மண் மீது மண்ணாகும்!

மழைத்துளி, மண்ணில் காண்பது இளந்துளிர்.
மக்களின் மகிழ்ச்சியான உணவே உயிர்!

பு.அஸ்வினி பிரியா

உணவின் முக்கியம்

மண்ணில் வேரில் செடியில் கொடியில்
மரத்தில் கிடைக்கும் உணவே
உன் புகழை கூற வந்தேனே!

காய்,கனிகளை நாம் உண்டால்
கால தேவன் கூடக் காலம் கடந்து வருவான்.

சக்தியோட வாழ்வதற்கு தேவை உணவு!
சத்தான உணவை சரிவிகிதபடி உண்ணுவோமே!
நல்ல உணவை உட்கொண்டால் நீண்ட ஆயுள் பெற்றிடலாம் !

வெந்த உணவே சிறந்தது
பொறித்த உணவை தவிர்த்திடு!

உணவே மருந்து என்பதை நினைப்போமே
அறுசுவை உணவை உண்போமே!

பூர்ண லட்சுமி

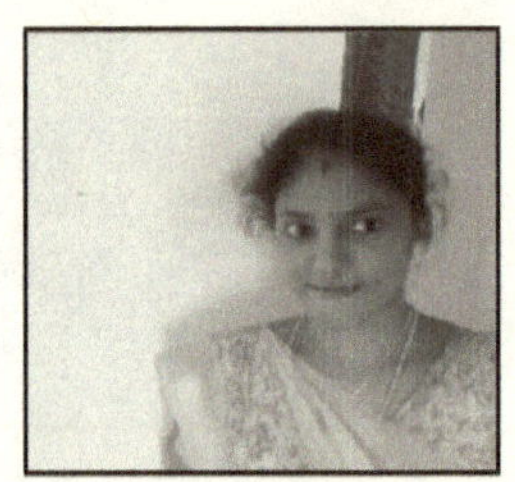

உணவின் வழி உயிர்க்கொல்லி விரட்டலாம்

உலகை மாற்றும் உயிர்க்கொல்லிகளை

விரட்டுவோம் வீட்டு மருத்துவத்திலே !

மருந்தே உணவாகும் நவயுக காலத்தில்

மாற்றுவோம் உணவை மருந்தாகவே !

மஞ்சளின் மருத்துவம் உணருங்கள் மக்களே!

இஞ்சி, சுக்கு இருக்கும்வரை சமாளிக்கலாம் சளித்தொல்லைகளையே!

மிளகு ரசம் விரட்டும்

ஓராயிரம் உயிர்க்கொல்லிகளையே!

பாலும் தேனும் சேர்ப்போம் அனுதினமே !

பலம்சேர்க்கும் முட்டைகளை

ஏற்போம் எந்நாளுமே !

கீரைகளின் மூலம் கிழித்தெரியலாமே

ஆயிரம் கிருமிகளையே !

வெப்பம் தணிக்க எடுப்போம்

வெந்தயமும், சீரகமுமே !

பார்வைக்கும் உண்டு

முருங்கையும் முடக்கத்தாணுமே!

உளுந்தங்களி வலுச்சேர்க்கும்

முதுகெலும்பு இடுப்பெலும்புக்குமே!

இன்னும் ஆயிரம் உண்டு

சொல்லி முடிக்க இயலவில்லையே !

மஞ்சு. கி

கறிச்சோறு

உணவின்றி உயிரில்லை
கறிச்சோறின்றி நானில்லை
எத்தனையோ உணவுண்டு உலகிலே
கறிச்சோறுக்கு இணையில்லை எதுவுமே !

அசைவத்தின் அரசன் கறிச்சோறே
அடுத்தபடியாய் மீன்சோறே
வறுத்த கறியும் தயிர் வெங்காயமும்
சேர்ந்தால் சுவை கூடிடுமே !

சரியான பதத்தில் தயாரித்த
கறிச்சோறே சொர்க்க வாசல்
இருப்பினும் தினம் உண்பது ஆபத்தே
உணர்ந்து தெளிவது சிறப்பே !

மல்லிகா

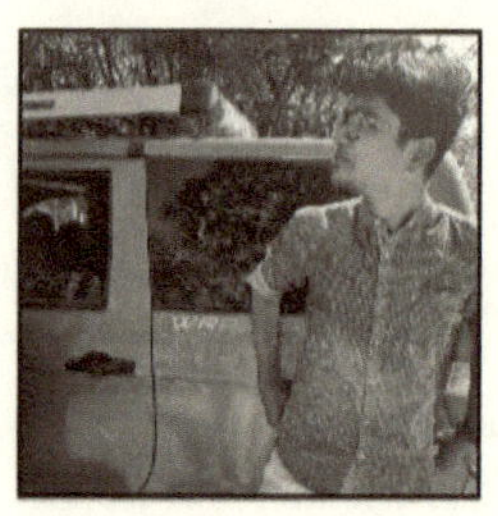

உணவிற்கான தேடல்

இமைமூடி இனிப்பு சுவைத்து கொண்டாடவும்
கண்கலங்கி காரம் சமைத்து பரிமாறவும்
புளியங்காய் அடித்து சாப்பிட்டு
சிலிர்த்துப்போகவும்
சிதறிய சில்லரைகளோடு
பெட்டிக்கடையில் நிற்கையிலும்
பவுசான பந்தியில் கட்லெட்டிற்கு காத்திருக்கையிலும்
குட்டிச்சுவரில் வெட்டிக்கதை பேசி சிரிக்கையிலும்
கண்பார்த்து காதலித்தவனை
கைப்பிடிக்க கூடுகையிலும்
முதலிரவில் முத்தங்களை சுமக்கும்
படுக்கையின் பக்கத்திலும்
முதியவனின் இயலாமையிலும்
இறந்தவனின் கருமாதியிலும்
கோவில் திருவிழாக்களிலும்
கட்சி கூட்டங்களிலும்
நிறைவுற தெரிவது உணவின் தேவையே !
உணவிற்கான தேடல் உயிருக்கான காதல் !

மனோ அரவிந் தியாகராஜன்

மூன்று எழுத்தே

உணவு எனும் மூன்று எழுத்தாய்
இரண்டு எழுத்து பூமியில் அவதரித்தாய்
அவதரித்து நான்கு எழுத்து மனிதன்
உயிர் வாழ மூன்று எழுத்தே நீ உதவினாய்
முதலில் மானுடன் தோழன் அவன்
உயிர் வாழ மூன்று எழுத்தே
உன்னை கண்டு பிடித்தான்
மூன்று எழுத்தே உன்னுள்
எத்தனை மாற்றம் வந்தாலும்
நான்கு எழுத்து மனிதன்
மூன்று எழுத்தான உயிர் வாழ
உணவே உன் பங்கு ஆள சிறந்தது
எத்தனை மாற்றம் உன்னுள் வந்தாலும்
நல்ல உணவை கண் முன் காண
நான்கு எழுத்து மனித கூட்டம்
இரண்டு எழுத்து பூமியில் உலவி
கொண்டு தான் இருக்கிறது !

மா.விக்னேஷ்

உன(ணவு)க்காக

பசி வந்தால் பத்தும் பறந்து போகும்!
ருசி கண்ட நாவு இதையெப்படி மறந்து போகும்!

கல்யாணம் தொடங்கி காதுகுத்து வரை
தலைமை வகிப்பது நீ!
பகையாளனை நட்பாய் மாற்றுவதும் நீ!

செஞ்சோற்றுக் கடனுக்காய்
கர்ணன் மரித்தது யாருக்கும் மறந்திராது!
உப்பிட்டவரை மறவாதே என்ற
முன்னோர் வாக்கும் மறந்திராது!

உன(ணவு)க்காய் போர் வந்ததும் உண்டு! - அதே
உன(ணவு)க்காய் போர் முடிவுக்கு வந்ததும் உண்டு!

நீ இன்றியமையாதது உலகுக்கு!
நீயின்றி அமையாது உலகு!

தூரிகா (மீ.அனு)

உணவே மருந்து

உணவு என்ற வெறும் மூன்று எழுத்து
சொல் முற்றிப்போன நோயையும்
நொடியில் தீர்ந்துவிடும்!

உணவே மருந்து என்ற வார்த்தைகளுக்கு
உயிர் கொடுத்ததால் தான் பல கோடி மனதுகள் நம்பிக்கையுடன்
நடைபோட்டுக்கொண்டிருக்கிறது!

இன்று இயற்கை உணவு
செயல் இழந்து செயற்கை உணவு
செங்கல் கட்டி வீடாக மாற்றபட்டுவருகின்றன

உண்பது ஒன்றும் கடமை அல்ல
உணவு என்பது ஒவ்வொரு உயிர்களுக்கும் மருந்தே

தேவையற்ற உணவுகளை உதறிவிட்டு
உடல்நலம் தரும் உணவுகளை
உண்ண முயற்சிப்போம்
உடல்நலத்தோடு நடைபோடுவோம்!

மாரிச்செல்வி.மு

அன்னம்

அளவோடு உண்ட அன்னம்
ஆதரவற்றோரின் சின்னம்

இன்பத்தோடு உண்ட பருக்கை
ஈகை மக்களின் வெட்கை

உயிரோடு கலந்த உணர்வு
ஊரார் போற்றும் உணவு

என்றும் மக்கள் வாழ்வில் பசுமை
ஏணி ஏற்றும் உந்தன் திறமை

ஐம்பூதத்தின் பிறப்பு
ஒன்றாக இணைத்திடும் திறப்பு
ஓட வைத்திடும் உன் சிறப்பு !

திவ்யா.மு

உணவே அருமருந்து

உணர்வுகள் சங்கமிக்க உயிரினங்கள் பரிணமிக்கும்!
உணவினங்கள் உட்செல்ல உயிரினங்கள் வளர்ச்சியுறும்!
உலக அதிசயங்கள் ஏழுகண்டு வியக்கிறோம்!
உடலின் அதிசயங்கள் தெரியாமல் இறக்கிறோம்!
உடலின் குறைபாடே நோயெனும் வெளிப்பாடு!
உணவே அருமருந்து நோயதைத் தடுத்திடவே!
அளவுக்கு மிஞ்சாமல் உணவை உட்கொண்டால்,
கெஞ்சிடும் நிலையிலை, எஞ்சிய காலமெல்லாம்!
காய்கறி வகையொடு கஞ்சி,கூழ் உண்பதனை
இழிவென்று கருதாமல், தரமென்று உட்கொள்க!
விளைகின்ற பருவத்து விளைபொருளை விலக்காமல்,
விரும்பியே உண்பதனால் கேடில்லை ஒருநாளும்!
பார்வைக்கு அழகாய்தென்படும் உணவுகள்
உபாதைத் தருமெனில் தவிர்ப்பதே உகந்தது!
பசிக்காக, ருசிக்காகக் கண்டதையும் உண்ணாமல்
உயிர்காக்கும் உணவுகளைத் தேர்ந்தெடுக்க முயன்றிடுக!

முனைவர் சீனு. தண்டபாணி

உணவின்றி அசையா உடல்

ஒரு பிடி சோற்றில் உயிரை புதைத்து
உள்ளங்கை ரேகையில் உருண்டோடி
உள்ளுக்குள் பாயும் உணவுக்குள்
உழன்று கிடக்கிறது உலகின் நாவுகள்!

சேற்றில் முளைத்த நெல்மணி
செருகடலை அடக்கும், விதைத்தவன் மடியில் மழலையாய் தவழும்
தங்கத்தட்டில் மிச்சமாய் ஒரு ஓரம்
தகரத் தட்டில் உச்சமாய் முழு நீளம்!

எங்கும் கேட்கும் ஒற்றை இசை
அது உணவை கேட்கும் பசியின் இசை
புல் பூண்டில் தொடங்கி
புதுமைகள் அடங்கி
நம்மை காக்க நம்முடன் வாழும்
சுற்றமாய் உணவு - முடிந்தால்
இல்லாதவருக்கு கொடுத்து உதவு!

திவ்யாராஜ்குமார். மோ
(கவிதை பிரியை)

ஊண் ஒரு கொடை

உயிர்க்குயிர் தந்த உன்னத அமிர்தம்
உயிர்வாழ உயிர்த்துணையானே !

பூமி சுற்றுவது ஊணாலே சிறு
பூச்சிகள் வாழுவது ஊணாலே !

நித்தமும் சுயம் சார்ந்த தேடலே
நீ இன்றி நித்திரை இல்லையே !

ஒவ்வொரு நாளும் வயிற்றுத் தீ
ஓயாத உயிர்புனல் ஓட்டத்திற்கு !

கிடைபவருக்கு வெறும் பதார்த்தம்
கிடைக்காதவர் கைக்கு எதார்த்தம் !

இல்லாதனுக்கு கொடை கொடுத்து
இயலாதவனை வாழ வைப்போம் !

ஊண் என்னும் கொடையாலே !

சங்கவி.லெ

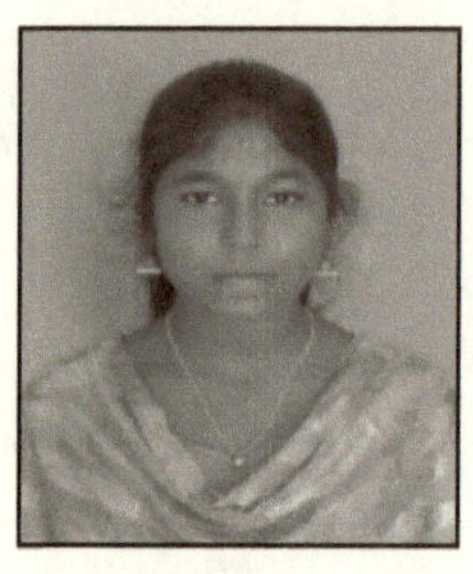

உணவின் ஞாபகம்

உன் மீது ஏதோ இனம் புரியாத காதல்
நீரின்றி கூட இருப்பேன் ஆனால்
நீயின்றி இருக்க மாட்டேனே!

உன் வாசனை என்னைத் தீண்ட
நான் எனை மறந்தேனே!

உன்னோடு இருக்கும் நேரம் மட்டும்
எனக்கு போதுமே!
உணவே!
காயும் கறியும் கலந்து
உண்ணுவோமே !
அட்டடா!
சொர்க்கத்தை என் ஒரு வாய்
சுவையில் கண்டேனே!

காற்றில் கலந்து மூச்சில் கலந்து
என் உயிரோடு கலந்து விட்டாயே !
என் உணவே!

யோகநந்தினி.வி

மகத்துவமான உணவு

உணவில்லா உலகம் உயிரில்லா உலகம்
ஊர்திரிந்து உழைக்கும் ஒவ்வொரு மனிதனும்,
தேவையென ஆயிரம் கதை கூறலாம்!
ஆனால் அடிப்படை உணவை மதிக்காதது,
மதிகெட்ட மனிதனின் மடத்தனத்தை காட்டுகிறது;
உணவைக் காட்டிலும் உயர்ந்தது எதுவோ?
உவமையற்ற தேவை உணவு மட்டுமே!
ஆரோக்கியமிக்க உணவே ஆயுள் தரும்!
உணவேமருந்து மறந்துபோய் மருந்தே உணவானது!
உயிரான உணவின் உற்பத்தியாளரை மதிப்போம்!
கேடில்லா இயற்கை விவசாயத்திற்கு வழிவகுப்போம்!
உணவின்றி அமையாது உயிரின உலகம்.

விக்னேஷ் குமார்

பாரம்பரியத்தை மறவாதே

உலக உயிர்கள் எல்லாம் இப்போ

ஆவியில் வெந்த உணவை அருவருக்குது,

எண்ணெய் இல்லாமல் இருப்பதை வெறுக்குது,

கசப்பான உணவைக் கண்டா துப்புது,

துவர்ப்பான உணவை எல்லாம் தூக்கிளறியுது ,

துரித உணவையே துரத்தி ஓடுது,

காரமான உணவே கவர்ந்து இழுக்குது,

சத்துக்கள் எங்கே இதுல இருக்குது,

ருசியை மட்டுமே தேடி அலையுது,

கையில் எடுத்து உண்ணவே மறந்தது,

அந்நிய உணவையே உண்ண விரும்புது,

இந்த மாற்றங்கள் எதுக்கு நிகழுது,

பாரம்பரியத்தை மறப்பதாலே அத்தனையும் நடக்குது.

வெற்றிவேல்மணி ஈஸ்வரன்

உயிர் தரும் உணவே

துடிக்கும் இதயம் துடிப்புடன் இயங்க
துணை செய்வதும் நீதானே
உயிர் குடிக்கும் பசியை
உனைக் கொடுத்து தடுப்பாயே

ஆயுள் காக்கும் உன் அருமை
அறவே மறக்குது எம் மடமை
விலைப்பட்டியலில் திளைப்பவன் பெருமையில்
வீணாக்குது உழைத்தவன் உரிமை

அமுதென அளக்கும்
அன்னமதை
அழுகி அமிழ்ந்திட விடலாமா
அளவுக்கு மீறி பெற்று விட்டு
குப்பைக்கு கொட்டத் தரலாமா

உணவென்ற மூன்றெழுத்தில்
உயிர் வாழுது இவ்வுலகம்
உயிர் கொடுக்கும் உணவினை
உதறித் தள்ள வேண்டாமே !

ஜெஸ்பின் பிரியா

உணவின்மை

அவர்கள் மண்ணை உண்ண வேண்டாம்
அவர்கள் புளியை உண்ண வேண்டாம்
அவர்கள் குப்பையை உண்ண வேண்டாம்
அவர்கள் ரசாயனம் உண்ண வேண்டாம்
நம்மிடம் அவர்கள் அறுசுவை கேட்கவில்லை
வாழை இலையில் படையலும் கேட்கவில்லை
நாம் உணவை வீணாக்க வேண்டாம்
அவர்களின் பசியில் ருசியார வேண்டாம்!

ஷாலினி . சி

உணவை உழுதவன்

உயிரை விதையாய் விதைத்து
காலங்கள் பாராமல் விழித்து
வியர்வை துளிகளால் ஊற்றெடுத்து
வாழ்வை உரமென ஊட்டி
உடல் நலத்தை கருதாமல் பயிரை காத்து
வாடி வதங்கிய கதிரை மனம் நொந்து
விஷமென பூச்சிமருந்தை ஒதுக்கி
இயற்கை சாகுபடிக்கு வழிவகுத்து
பூத்துக்குலுங்கும் நெல்மணிகளை மார்போடு அரவணைத்து
பொங்கிடும் பானைச் சோற்றின் ருசியை
உழுதவனால் மட்டுமே உணரமுடியும்...

ஹேமந்த் குமார்.மு

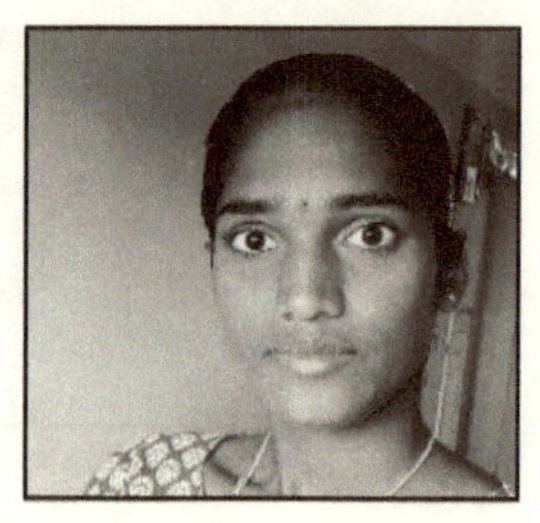

ஏழையின் சிரிப்பு

உணவின் மீது நமக்கு அலட்சியம்
சாலை ஓரம் சிவப்பு பண்டம்,
சாப்பிட்டாலோ சுவை மிகுந்த ஆனந்தம்
அத்தோடு அல்சரும் கூட!
அதனால் குளிர்சாதனமும் விற்பனையாகிறது!
தெரியாமல் வாங்கி உடல்நலம் கெடும்
இனியாவது எச்சரிக்கை வேண்டும்!
பணமிருக்கிறது,உணவளிக்க மனம் மட்டும்?
ஒருவர் சேதம் செய்யும் உணவு
எங்கேயோ தவிக்கும் உயிர்க்கானது!
கல்லான கடவுளுக்கு இலையில் உணவு
தவிக்கும் ஏழையோ தெருவின் ஓரம்! கடைசியில் எஞ்சுவது எலும்பு
மட்டுமே!
உயிர் உள்ளவரை மனதால் உதவுவோம்.!

ஹேமலதா.க

மாறிய சுவை

அன்று,
குளிர்ச்சிக்கு கம்பு குருணை!
திடத்துக்கு திணை பொங்கல்!
வலிமைக்கு கருப்பட்டி பொங்கல்!
இளமைக்கு கலியும் கூழும்!

இன்று,
அவசரத்துக்கு நூடுல்ஸ்!
ஆர்டர் பண்ணா பீசா!
ஆடம்பரமாய் பர்கர்!
நவரச பாஸ்தா!

நல்லா இருந்த நாவுக்கு,
நாகரீக உணவு பாரு!
சுவைக்காக சாப்பிட்டு,
சட்டுனு சாம்பலாகும்
எந்திரம் இந்த வாழ்வு!

அபிராமி சதீஸ்குமார்

உணவின் மேன்மை

அன்றாட தேவை உணவு
ஆரோக்கியம் தருவது உணவு
இயற்கை கொடுப்பது உணவு
ஈகையால் மகிழ்விப்பது உணவு
உடலை உறுதிசெய்வது உணவு
ஊட்டச்சத்து தருவது உணவு
எண்ணம் தெளியசெய்வது உணவு
ஏர்பூட்டினால் கிடைக்கும் உணவு
ஐவகை சுவைதருவது உணவு
ஒற்றுமையாய் உண்பது உணவு
ஓய்வை அகற்றுவது உணவு
உணர்ந்து உண்டால் மகிழ்வு
உணவு வாழ்விற்கு உயர்வு

Bagavathi pavithra.P

மீன் குழம்பு

சின்னஞ்சிறு பானை
பொங்கும் மண் வாசம்
சிறிது எண்ணெய் துளிகளில்
கூத்தாடும் கடுகு வாசம்
அம்மியில் உருண்ட இஞ்சி
மூக்குத்தி போல் இரண்டு மிளகு
விறகுகளின் தீ குளிப்பு ஆரம்பம்
பானைக்குள் இவைகளின் கூச்சல்
கேட்ட நொடியில் மாமழை ஒன்று
ஆறுகள் அலறி ஓய்ந்த நேரம்
புது வரவாய் பானைக்குள் மீன்கள்
நீரில் துள்ளிய ஆட்டம் இப்போது கையில்
நிரம்பியது வயிறு களைந்தது கனவு
ஆக்கிபோட்ட அப்பத்தாவும் மறைந்தாள்
அவளுடன் ஆற்றில் ஓடிய மீனும் நீரும்
வெறும் கனவாய் மட்டும் இவைகள்

Balaji M

உணவின் அவசியம்

உணவின்றி உயிரில்லை
உன் உயிரின்றி எதுவுமில்லை
உயிரின் அருமை புரிந்த எவனும்
உணவை வீண்ணடிக்க மாட்டான்
உணவில் மருந்தை கலக்காதே
உணவை மருந்தாகமாற்றி கொள்
கொடுப்பவன் கொடுத்தால் தான்
நமக்கு வாழ்வு
விவசாயின் தேவை அவனுக்கானது இல்லை
நமக்கானது
அவன் இன்றி உணவு இல்லை
தமிழனாய் பிறந்து ஒவ்வொரு உயிரும்
உணர வேண்டிய முக்கியமான ஒன்று
உணவின் தேவை

Breshma Murugan

உணவின் வளர்ச்சி

என்னை விதையாக போட்டபோது
முளைக்க தவறவில்லை – விளைநிலத்திலிருந்து
அறுவடை செய்யும்போது சிதற நினைக்கவில்லை
வியாபாரியிடம் விலை பேசி வாங்கி செல்லும் போது
கீழே விழ விரும்பவில்லை என்னை

சாப்பாடாக உனக்கு பரிமாறிய போது
வாழ்க்கை முடிந்ததாக எண்ண தோன்றவில்லை
வாழ்க்கை முழுவதும் போராட்டம் என்றில்லாது
போராட்டத்தையே வாழ்க்கையாக கொண்டு
கடைசியில் உன்னை சேர்ந்ததற்கு - எறிந்தாயடா
என்னைக் குப்பைத்தொட்டியில் யாருக்கும் பயனில்லைஎன

இப்படிக்கு நெல்மணிகள் !

C.ANUSHIYA

வருங்காலம் வசந்தம்

சுவைக்கு நாவை அடிமையாக்கி - உயிரை
சூறையாடும் நோய்களை விலைகொடுத்து வாங்கும்
வேடிக்கை மனிதர்கள் வாழும் கலிகாலம் இது!
உணவே மருந்தாக இருந்த காலம் மாறி-
மருந்தையே உணவாக உண்ணும் மாயஉலகம் இது!

உணவின் முக்கியத்துவத்தையும் - உயிர்காக்கும்
உணவை விளைவித்து நம்மை வாழவைக்கும்
விவசாயிகளின் அருமையையும் அறியாத
மூடர்கள் வாழும் கூடம் இது!

இனியும்
மாற்றம் இல்லையேல் மண்ணுலகம்
மயானம் ஆகும்
நினைவில் கொண்டு
மாற்றத்தை நம்மில் இருந்து தொடங்குவோம்!

தேவையில்லா உணவுகளை தள்ளி வைத்து
அடம்பிடிக்கும் நாக்கினை கட்டி வைத்து
எண்ணங்களில் மாற்றங்கள் கொண்டுவந்து
வண்ண வண்ண நாட்களை வாழ முயற்சிப்போம்

Devi

உயிர் தத்துவம்

உயிரானது
தூலம் சூட்சமம் என இரண்டு வகை
தூலம் உடல் சூட்சமமே உணர்வு

பஞ்ச பூதத்தின் கூட்டே உடலாம்
பஞ்ச பூதத்தின் சூட்சமமே உயிராம்

உடல் இல்லாது உயிர் இல்லை
உயிரே உடலை அறியப்படும் இலக்கு
உணவே உடலை வளர்க்கும் ஆயுதம்

உணவின்றி நீரின்றி உயிர் வாழலாம் என்பர் சித்தர்
விஞ்ஞானத்தின் மிஞ்சிய மெய்ஞானம் உண்டென்பார்

உடம்பை வளர்த்தேன் உயிர் வளர்த்தேனே
உணவின் மகத்துவம் அறிவோம்

தன் இன்னுயிரினை தந்து மன்னுயிர்களை யெல்லாம் காக்கும்
மாமனிதன் உழவன்
உழவனை போற்றுவோம் உயிர் காப்போம்

முனைவர் கோ.பா.தாட்சாயிணி

கருணை கல்லானதோ

பசியை வரமாய் பெற்றவன்
உயிரைக் காணிக்கையாக்குகிறான்
ஆடம்பரம் எண்ணி
ஆரோக்கியம் இழந்த உணவு இன்று
விருந்திட்டவனையும் வீதிக்கு அழைத்தது
பிணி பரிசாய் அளிக்கப்பட்டது
நவீன வாழ்க்கையின் துரித உணவு அவனையும் தூரமாக்கியது
அன்னம் மட்டும் இன்றி அனைத்தும்
அரசியலாய் மாறியது
அள்ளிக் கொடுத்தக் கை
அன்னமின்றித் தவிக்கிறது
நீண்ட நாள் தேடல்
வாடிய முகம்
வரி கொண்ட வயிறு
கருணை கல்லானதோ
காற்றும் காசு கேட்கிறது

Elakiya Elango

உணவு பெட்டகம்

உணவு எனும் அருமருந்து
அதை உண்பதற்கே விருந்து
உணவை உயிராய் கருது
அதை வீணாக்காதே
உணவை அள்ளி கொடுக்கும்
பூமி தாய்க்கு நன்றி கூறு
அறுசுவையை அன்னத்தில் அடக்கி
அமிழ்தினும் மேலான
அன்னத்தை அண்டத்திற்கு அளித்து
சுவை உணர்வை நாவில் ஊட்டும்
என்னாளும் என்னை வெறுக்காத
உணவு பெட்டகம்

கவிப்பிரியா.கு

உணவு

மனித வாழ்வின் ஊன்று கோல்!
நம் வாழ்வாதாரத்தின் முக்கிய அங்கம்!

குழந்தை முதல் பெரியவர் வரை எல்லோரும்
விரும்பும் முக்கியமான பொருள் !

உணவே மனிதனின் உடலை
காக்கும் மருந்தாகும் !
நம்மை வழியில் வகுத்தது
செல்வதும் உணவே !

நாம் உயிர் வாழ்வதற்கும்
உடலை தேற்றிக்கொள்ளவும்
முக்கியம் உணவே !

நல்ல உணவை
நல் முறையில் உண்போம்
நெடுநாள் வாழ்வோம்!

Gowrishankar. G

உணவே மருந்து

அரிது அரிது மானிடராய் பிறத்தல் அரிது
அரிதாய் கிடைத்த மனிதனின் உயிரை
ஆக்குவதும் உணவே
அழிப்பதும் உணவே

அன்றைய
பழைய சோறும், சின்ன வெங்காயமும்
உடலினை பக்குவமாய் பதப்படுத்தியது

இன்றைய
பீட்சாவும் , பர்கரும்
உடலின் பாகங்களை பழுதாகியது

மதுபானங்களையும், மாமிசத்தையும்
ஒதுக்கி விடு
நவதானியங்களையும், கீரைகளையும்
சேர்த்து விடு

உணவையே மருந்தாக்கி கொண்டு
உயிரையே உலுக்கும்
கொரோனாவையும் அழித்துவிடு

ருசிக்காக உண்பதை தவிர்த்து விடு
பசிக்காக உண்பதை பழகிவிடு

உணவையே உரமாக்கி கொள்
உயிரையும் பாதுகாத்துக் கொள்

நேரம் தவறாமல் உண்டு விடு
நேற்று செய்த உணவுகளை தவிர்த்துவிடு

மருத்துவமனையும் தேவையில்லை
அந்த மருத்துவரும் தேவையில்லை

உனக்கு நீயே பாடமாக நில்
உணவால் உயிரை வென்று நில் !

Hariuma

மேன்மையான உணவு

விதை முளைத்து
கருதாவது
தாயின் கருவறையில்
இருந்து உயிர்
பிறப்பது!!

உணவை நீ
வீணாக்கும் போது
சிந்தித்துப் பார்?
நீ வீணாக்கும்
உணவை கூட
காணாதவர்
எத்தனை பேர் என்று?

யோசித்து சாப்பிடும்
உணவு மருந்தாகும்!
ருசித்து சாப்பிடும்
உணவு விருந்தாகும்!

Janani.S

குளம்பி

உன் வாசம் அதை
என் சுவாசத்தில் நிரப்பி
குளம்பி உன் மணத்தில்
குழப்பங்கள் மறைய
ஒரு மிடறு எஸ்பிரஸோவின் கசப்பில்
வாழ்க்கையின் கசப்புகளும் கரைய
கப்புசினோ குவளையில்
கவலைகள் குறைய
மொக்கசினோ சுவையில்
முரண்படும் மனம் மௌனமாக
தீண்டும் பொழுதெல்லாம்
தித்திக்க செய்கிறாய் லட்டேயாய்

Jasim Saharana Thabeaa .M

உயிர் தருபவன்

உணவின்றி நாமில்ல
விவசாயம் இன்றி உணவில்லை
விவசாயம் செய்யும்
விவசாயிகளை நாம்
ஒரு போதும் நினைத்து இருக்கமாட்டோம்
ஆனால், அவர்கள் நாம்
உயிரை அவர்கள் உயிராய் நினைத்து
கடன் வாங்கியே களமிறங்கி
பசியிலோ பட்டினியிலோ
வெயில் என்று பாராமல் கூட
விவசாயம் செய்கிறார்களே விவசாயிகள்
அவர்கள் நலத்தை பார்க்காமல்
நம் நலத்தை மனதில்
கொண்டு நமக்காக
செய்கிறார்களே
ஆகையால் உணவே உயிரென்று
நாம் நினைக்கிறோம் ஆனால்
உணவுக்கே உயிர் தருவது விவசாயிதான்!

Kameshwaran.K

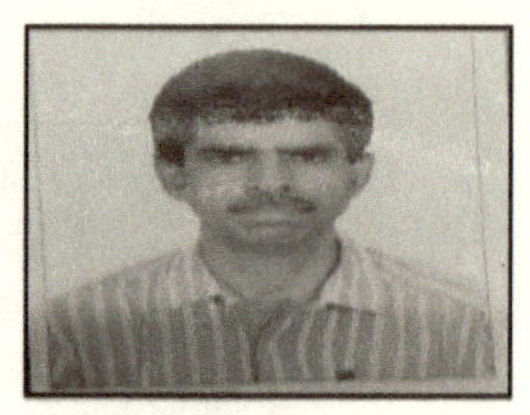

உயிர் காக்கும் உணவு

உணவில்லை எனில் உயிரில்லை
உயிர் காக்கும் மருந்து இவன் !

வயிறு என்கிற அக்னி குண்டத்தில்
செய்யும் பூஜை பொருள் இவன் !

அன்னதானம் மூலம் பல ஆயிரம்
உயிரின் பசியை ஆற்றுபவன் இவன் !

அன்னலட்சுமி வாசம் செய்து
உலகிற்கே படியளப்பவன் இவன் !

பல விதமான பரிமாணங்களில்
அறுசுவையாய் விருந்தாவான் இவன் !

அமுதாகிய உணவை அனுதினமும்
போற்றி வணங்ககூடியவன் இவன் !

இராமகிருஷ்ணன்.கா.ச

புசிக்க அல்ல பசிக்கு

வாடிய பயிர்கண்டு வாடிய வள்ளலார் பாடினார்
ஓடிய பாதம் இங்கு உட்கார இடமில்லை
முட்களும் சொற்களும் குத்தாத தடமில்லை
ஆகினும் அனுதினமும் பசியையே
புசியென்று கூறின
கூடச்சோறிட்டு குப்பையில் கொட்டி
உண்டுபெறுத்த உழைக்காத கூட்டமொன்று

கேளுங்கள் மானுடரே!
வாடிய பயிரை வள்ளலார் பார்க்கட்டும்
நாடி செல்ல இடமில்லா மாந்தரை தேடிச்சென்று
நீ
ஒருவேளை உணவாவது கொடுத்துவிடு!

ஏனென்றால் உனக்கது உவரி உணவு
அவர்கன்றோ காக்கும் உயிர் !
உணவே உயிர் !

Kalaivani mathiyazhagan

பசிக்கு உணவிட்ட அம்மா

பல புத்தர்களுக்கு
போதி மரம்!
பசி

உழவுக்கும் உழைப்பிற்கும்
ஊக்கம் தருவது
உணவு

அடுத்த வேளை உணவு இல்லை
ஆனால்
என் பரிட்சை வேளையில்
அடுத்தடுத்து காபி டீ
அன்புள்ள அம்மா

Lakshminarasimhan KR

உணவுக்கு உயிர் ஊட்டுவோம்

விலைக்கு பஞ்சமில்லை உணவளிக்க
நல்ல நெஞ்சம் இல்லை
உயிரைக் காக்க உழவோடு உறவாடும் உழவனே
எங்கள் செந்தமிழ்நாட்டு தலைவனே
தலை விழிநீர் துடைக்க வயலில் எந்த வயதிலும் விளையாடும் ஆற்றல்
உடையவனே(நீ)

உழவோடு உன் உயிரும் கலந்து

இந்த ஜகத்தில் மற்ற உயிர்களையும்

உணவளித்துக் காக்கும்

நீ உழைமகனே எங்கள் உழவன் மகனே

இந்த ஜகத்தில் உணவின்றி எவ்வுயிரும் இல்லை

அவ்வுணவை உழுது வளர்க்க உழவன் இல்லை

இந்த ஜகத்தில் பசிக்கு பஞ்சமில்லை

பாசத்துக்கு நெஞ்சம் இல்லை

இயற்கையோடு உறவாடிய நம் வாழ்க்கை செயற்கையோடு செத்து

மடிகிறது கார்ப்பரேட் காரன் காடுகளை

களவாடும் நேரம் உழவன் இங்கு உயிரோடு

போராடும் காலம்

உணவு போய் உயிர் இல்லை

உணவளிக்க நல்ல பயிர் வளர்வதில்லை

சேமிப்போம் வருங்கால சந்ததிகளை

உணவோடு உயிர் ஊட்டுவோம்!

இங்கு விலைக்கு பஞ்சமில்லை

உணவளிக்க நல்ல நெஞ்சம் இல்லை

உழவனை மதி சேற்றை மிதி

சோற்றில் உன் விதி

இது உயிர்கள் வாழ காலத்தின் விதி

உணர்வுகளுடன் பயிர்களை வளர்ப்போம்

உயிர்களை காப்போம்

உணவுக்கு உயிர் ஊட்டுவோம்.

ம.செல்லமுத்து எம்.ஏ.,பி.எட்

உணவே மருந்து

அறுசுவை உணவுதனை
அன்றாடம் உணவுதனில் அளவுவோடு
சேர்த்தாதிட்டால் அருமருந்தாய்
இருந்திடுமே! இனிப்புக்கு கருப்பட்டி
இஞ்சளவு சேர்த்திட்டால்
இன்சுலின் போடாமல்
இனிமையாய் வாழ்ந்திடலாம்!
எரிப்புக்கு சிறு மிளகு
என்றுமே சேர்த்திட்டால்
எள்ளளவும் பயமில்லை

இரத்த அழுத்தம் ஏறாமல் பார்த்திடலாம்!
கசப்புக்கு பாவக்காய்
கண்மூடி சாப்பிட்டால்
காய்ந்துவிடும் வயிற்றுப்புண்
கல்லீரல் சுத்தமாகும்!
துவர்ப்புக்கு நெல்லிக்கனி துண்டு துண்டாய்
வெட்டி தூய்மையான தேனிலிட்டு
தூங்கும் முன் சாப்பிட்டால்
துள்ளாத மனமும் துள்ளும்
உவர்ப்புக்கு உப்புதான்
உப்பில்லா பண்டம் குப்பையிலே
உப்பு அளவோடு சாப்பிட்டால்
வளமோடு வாழ்ந்திடலாம்!

Selvi.M

இலைகளில் புழுக்களை தேடி

முன்பு போல் இப்பொழுது நாம்
பச்சை இலை நரம்பின் வரிகளில்
புழுக்களையும் பூச்சிகளையும்
காண்பதே இல்லை

வரப்பு, வயல்வெளி எங்கும் குமட்டும்
மருந்தின் நாற்றம், மனதையும் வதைக்கும்
நறுமண சோறுண்டு பல நாட்களாகின்றன

உண்ணும் நாகரீக உணவு -பாதி
நோயும், மீதி அதன் அறிகுறிகளையுமே
நமக்கு பரிசளிக்கிறது இத்தலைமுறையின் விதியே

இயற்கை உணவே உயிரென கொள்
உண்போம் வாழ்வும், வையமும் சிறக்க !

மல்லி

கடவுளின் வரம்

சிதறிக் கிடக்கும் பருக்கைகள்
ஒரு பருக்கைக்காக கையேந்தித்
தவிக்கும் மனங்கள் !
வகை வகையாய் மேஜை மீது
மீதம் போவது குப்பைக்கே !
பல சுவைகள் கிடைக்கும்
உழவனின் வேர்வையிலிருந்து!
ஒரு பருக்கை அரிசிக்கு உயிரைக்
காப்பாற்றும் சக்தி உண்டு என்றால்
கடவுளும் உணவும் ஒன்றே !
இல்லாமல் பலர் ரோட்டின் ஓரம் !
இருப்பவன் எல்லாம் தலைக்கணமோடு
பெருமை கொள் !
கடவுள் உனக்கு உணவு கிடைக்க
கஷ்டத்தைத் தராமல் இருப்பதால் !

கிருத்திகா முத்துசாமி

உணவு

பசியேப்பக்காரன் உணவின்
மகத்துவம் உணர்கிறான்
புளியேப்பக்காரன் பசியை மறக்கிறான்
ஏழைக்கு பசிக்கு பண்டம் காண்பதில்லை
பணக்காரணுக்கு பண்டம் உண்டு
பசி காண்பதில்லை
ஆயினும் அனைவரையும்
ஓடச்செய்கிறது இயற்கை
உணவைப் பகிர்ந்துண்டு மனித
உன்னதம் காப்போம் !

Dhanya.N

உணவே பெருமை

ஒவ்வொரு பருக்கையிலும்
நம் பெயரல்ல
நமது கலாச்சாரமே
பாதிக்கப்பட்டுள்ளது !
சுவையான உணவு ருசிக்கு !
ஆரோக்கிய உணவு பசிக்கு !
பாரம்பரியம் கொண்ட உணவே
உடலுக்கும் சிறப்பு
நமக்கும் பெருமை !
ஒவ்வொரு பண்பாட்டிலும்
உணவு வகைகள் மாறிடும்
நம் மேன்மை நல் உணவில்
நம் உணவே நம் பெருமை !

Nirmala . N

உயிர் வாழ வேண்டும் உணவு

உலகு மூன்றெழுத்து
உழவு மூன்றெழுத்து
உழவில் இருந்து வரும் உணவு மூன்றெழுத்து
அந்த உணவுண்டு வாழும் உயிர்
மூன்றெழுத்து
உணவு இல்லையேல் உடலில் திடமில்லை
அந்த திடம் இல்லையேல் உடலில் உயிர் இல்லை
இவ்விரண்டும் இல்லையேல்
இந்த உலகமே இல்லை
உலகிலே சிறந்தது தானம்
அந்த தானத்தில் சிறந்தது அன்னதானம்
உணவுண்டு வாழு
உணவு இல்லாதவர்களுக்கு கொடுத்து வாழு

P.Santhosh kumar

உண்

யாக்கை அறிந்து உண்
உன் நாக்கை அடக்கி உண்
வாக்கை நிறுத்த உண்
உன் வாழ்க்கை சிறக்க உண்
பசியைப் போக்க உண்
உன் ருசியை நீக்கி உண்
நவீன உலகில் உண்
அதில் நஞ்சினை நீக்கியே உண்
சத்துக்கள் நிறைந்ததை உண்
உன் சக்தியை வலுப்பெற உண்
கலப்படம் இல்லா உணவு
கருத்தாய் கவனித்தால் நீ தெளிவு
விந்தை நிறைந்த உணவு
சந்தை எங்கும் கிடைத்திடுமே
வீரியமிக்க உணவு உன் வீட்டு
மாடியில் அமைந்திடுமே
துரித உணவு நீக்கியே
தூர ஓட்டு நோயையே
எண் சாண் சிறக்கப் பாடுபடு என் சாண் (வயிறு) சிறக்க சோறு போடு
காலை உணவு கண்டிப்பு, மதிய உணவு மன்னிப்பு,
இரவு உணவு தித்திப்பு
என மூன்று வேளையும் நீ உண்டால்
முக்தி நிலையை அடைந்திடலாம்
மூன்றில் ஒன்று குறைந்தாலே மூர்க்கன் நோக்கிச் சென்றிடுவாய்
சுவரை வைத்தே சித்திரம்,
இந்த உலகைக் காக்க நீ பத்திரம்

பொன்றாம்.நா

உணவின்றி அமையாது உலகு

காட்டுல விளையுது பயிர் !
அதை நம்பி தான் இருக்கு உயிர் !

மாடு கட்ட தேவை கயிறு !
சோறு தின்னாதா உன் உடம்புல இருக்கும் உயிரு !

தேங்காய் போட மரத்தில் ஏறு !
உயிர் வாழ சாப்பிடிடனும் சோறு !

காட்டுல இருக்கு கம்பு !
சாப்பிட்டா உனக்கு தெம்பு !

தூங்கும் போது வரும் கனவு !
மூன்று வேளை வேன்றும் உணவு !

சாலையில் வேகமாக போகும் பல்சர் !
சாப்பிடவில்லை என்றால் வரும் அல்சர் !

அதிக ஊட்ட சத்து கம்பு ராகி கழி !
அதிகமாக சாப்பிட்டால் வரும் வயிற்று வலி !
ரசத்துக்கு அடுத்து ஊத்துவோம் தயிர் !
இந்த உலகுக்கு உணவே உயிர் !

R.Kesavi

உணவும் உழவனும்

மனிதன் உழைப்பது உணவுக்காக
அவன் உயிரோடிருப்பதும்
உணவினாலே!
பயிர்களை விதைப்பவன் உழவன்
அவனே உலகின் உயர்வானவன்
உணவே மருந்தினும் பெரிது
உணவே மருந்தென்பது புதிதோ!
காலையில் உணவு அவசியம்
கட்டாயம் காலையில் உண்போம்
உணவிடம் கோபம் காட்டவேண்டாம்
உணவின் மதிப்பை குறைக்க
வேண்டாம்
உழவனின் மதிப்பை
க்குறைத்ததாயினும்
அவன் விதைத்த பயிர்களின் மதிப்பு
குறையுமோ!

R.T.Sivabalan

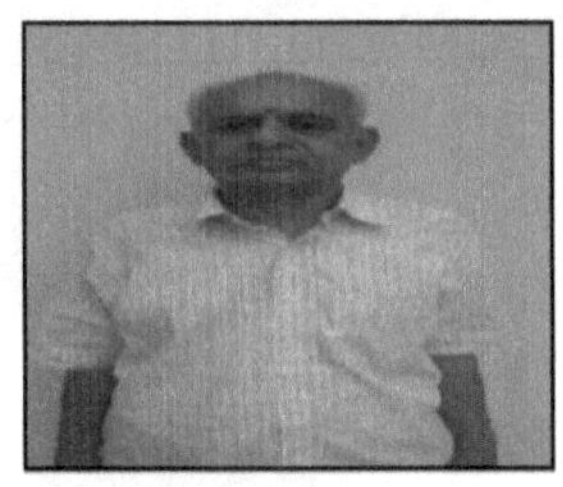

கீரை

விலை மலிவானது
ஆனால் அது தரும்
ஊட்டம் அதிகம்
ஞாபகசக்திக்கு ஒரு கீரை
வைட்டமின் குறைவுக்கு ஒரு கீரை
வீட்டிலும் பயிர் செய்யலாம் குழந்தைகள்
முதியோர் வரை உண்ணலாம்
கிட்னியில் உள்ள கல்
கரையவும் இங்கே
உள்ளது ஒரு கீரை !

Rangarajan

பசிப்பிணி

நீரின்றி அமையாது உலகு உணவின்றி
இராது உயிர்

மறம் செய்த மன்னனும் தன் நேரத்தில் அறம் செய்ய போருக்கு முன்னே
பூத உடலுக்கு பெருஞ்சோற்று விருந்தளிப்பான்

மணிமேகலையும் புறநானூறும் உயிருக்கு உணவிட்டு வளர்க்க
உள்ளதை நல்லதாய் சொல்லியது
உண்டகொடுத்தோரே உயிர் கொடுத்தோரென

அணிநிழல் காடும் மணிநீரும் மட்டுமல்ல மன்னும் உயிருக்கெல்லாம்
தின்னும் உணவை திருப்தியாய் அளிப்பவனே வரலாற்றில் வாழ்வான்
என உணர்ந்த வள்ளலார்
பசிப்பிணி போக்கிய நவீன மருத்துவனானார்.

ரஞ்சிதாபிரகாஷ்

உணவிலும் உணர்வுண்டு

உனதென எனதென வகை பிரிந்தாலும்
பசியாகும் வேளையில் உணவாலே ஒன்றானோம்!

சாதி மத பேதங்கள் தீண்டினாலும்
தீண்டாமை எனும் சங்கிலியை உடைக்க
பாய் வீட்டு பிரியாணி போதாதா !

பசிப்பிணி போக்கவும் , பல நோய் தீர்க்கவும்
நம் தமிழர் மரபில் மருத்துவம் உணவே !

ஊரடங்கு நேரத்தில் உணவில்லா ஏழைக்கு
உணவளிக்க வைத்து மனிதம் காத்த
மனுநீதியும் உணவே !

உணவே மருந்தென குறிப்புகள் இருந்தும்
தமிழர் வாழ்வியல் சான்றுகள் அறிந்தும்

உணவே உயிர் என்று உரக்கச் சொல்வோம் !

Rudran Vetrivel

உணவு

உன்னதமான செயல்கள் செய்திடவே
சிகரங்களைத் தொட்டுவிட
தேவை ஆரோக்கியமான உணவு
கடினமான வேலைகளை
உற்சாகமாக செய்து முடித்திட தேவை
புரதம் மிகுந்த உணவு
நோயற்ற வாழ்வுக்கு தேவை பாரம்பரிய உணவு
உணவை வீணாக்காமல்
அளவோடு உண்டு
உடற்பயிற்சி செய்பவருக்கு
பரிசாக நீண்ட ஆயுள்
தனக்கு மட்டும் என்றில்லாமல்
பகிர்ந்து உண்ணும் உள்ளங்களில்
காணலாம் இறைவனை
தாகத்திற்கு இளநீர்
பசிக்கு வெந்த உணவுகள்
தவிர்த்துவிடு பொரித்ததை
நல்ல உணவுகளையே உண்போம்
எளியவருக்கு உதவுவோம்
நம் வாழ்க்கையை அர்த்தமாக்கிட

NIVIDH.S

வாழ்வின் சக்கரம் - உணவு

வான்மழை மண்மடியில் தவழ்ந்து
கொஞ்சிய ஓசையில் பயிர்கள் தழைத்து
சூரியனின் நேச கதிர்களால் வியர்வை சிந்தி
காடு கழனியெல்லாம் அறுவடை செய்து
தந்த உணவு என்றும் அமிர்தமே !
நாட்கள் ஒன்றும் நகராது
ஐம்புலன்களும் பஞ்சாக பறக்கவிடும் - அவ்வுணவை
ஒரு வேளைக்காக தேடி ஓடும் ஒருகூட்டமும்
உண்ட உணவை கரைக்க மறுகூட்டமும்
ஓடுகின்றனர் முடிவில்லா பாதையில் !
அந்தியில் வீடு திரும்பி விறகு கூட்டி சமைத்து
ஒன்றாய் அமர்ந்து அன்போடு களித்து
உண்ட காலம் போயி
இரு நொடியில் உண்டு களைப்பாற பறக்கின்றனர் !
பழையன கழிந்து , புதியன என்று
மேலைநாட்டு உணவில் நாட்டம் கொண்டு
பல நோய்களுக்கு இரையாகிறது இந்த மனித கூட்டம்
பணம் பத்தும் செய்வதால்
உணவை நஞ்சாக்கும் மாந்தர்களின் மத்தியில்
உணவே மருந்து மருந்தே உணவு என்பதனை
மனிதம் மறந்தாலும் காலம் மறக்காது !
எக்காலம் ஆயினும் உணவே சரணம்
அதை உருவாக்குபவனே கடவுள் !

SATHYA M PILLAI

உணவே ஊட்டம்

உணவு
வேளா வேளைக்கு உணவு
வேண்டி கனவு காணும்
இவ்வுலகில் தினவு கொண்ட
தோள்கள் அனைத்தும் ஊரடங்கில்
உழைப்பு இன்றி
உறங்கி கிடக்கையில்
உணவு வேண்டும்
உள்ள கிடக்கையை
யாரிடம் பகிர்வார்?

உணவே மருந்து, மருந்தே உணவு
என்று வாழ்ந்த எம் மூதாதை
இன்றைய அவசர யுகத்தில்
அரைவேக்காடாக பரிமாறப்படும்
உணவை கண்டால் உள்ளம் வாடியே
மனம் நொந்தே போய்விடுவார்!

உணவுக்கு ஊக்கம்

உணவின் அருமை புரியாமலேயே
கான்கிரீட் காடுகளையும்
கரன்சி கட்டுக்களையும்
எண்ணிக்கொண்டே மானிடன்
உணவின் மகத்துவத்தை
உன்னதத்தை மறந்து விட்டான்!
உலகின் கடைசி உழவனுக்கும்
வாய்க்கரிசி போட்டு விட்டால்
உன் வயிற்றுக்கு உணவு
சாத்தியப்படுவது எங்ஙனம்?

இதை உணர்ந்தாயா மனிதா நீ?
உணர்ந்தும் உழவனுக்கு
குறைந்த பட்ச விலையை
கூட தர தயாராக இல்லையே நீ!
உணவு படைக்கும் கரங்களுக்கு
ஊக்கம் கொடுத்திட வாரீர்!

Sathyamoorthy

உணவின் பிடியில் உலகம்

உழவன் உழைக்க,
கிடைக்கும் உணவு-அது
உயிரை காக்க,
உதிரத்தில் கலக்கும் ஆகாரம் இது !

காகிதம் பலகோடி கொண்டாலும்
காற்றோடு சுவாசம் கொள்ள,
உயிர் காக்கும் கவசமாய்-இந்த
ஊட்டம் தேடியே நம் ஆட்டம் !

எச்சம் வைத்த உணவை
மிச்சம் செய்யாதீர்
நம் ஒவ்வொரு பருக்கையும்
இறைவனால் கணக்கிடப்படும் !

Shubhaharini suresh

மீண்டும் உணவே மருந்தாக

அந்திமாலைப் பொழுதினிலே
மஞ்சள் மேகப் போர்வைதனிலே
அந்த வயல் நிலந்தனிலே மீண்டும்
ஒரு சந்திப்பு
நெற்கதிர்களோ தங்க நிறத்தில்
கொஞ்சிக் குலுங்க
என் மனமெல்லாம் மகிழ்ச்சி எனும்
மத்தாப்பு வெடிக்க
என் வாழ்வின் விடிவெள்ளியாய்
குலுங்கிக் கொண்டிருக்கின்றன - அவை
காணும்போதோர் எண்ணம்
உணவே மருந்தான காலம் போய் - மருந்தே
உணவான காலத்தை தடுக்க
இயற்கை அன்னை எனக்கு அளித்ததை
கண்ணுற்றேன் - மனம் வியந்தேன்!

செல்வி. சிவகுமார் தேவமலர்

இயற்கை உணவு

இயற்கை உணவை எடுத்து
கொண்டால் இனிதே இருக்கும் வாழ்க்கை !
செயற்கையான உணவை பயன்படுத்துவதை விட்டொழித்தால்
சிறக்கும் வாழ்க்கை !
இளைத்த தேகமுடையோருக்கு உகந்தது எள்ளு !
கனத்த தேகமுடையோருக்கு தேவை கொள்ளு !
அயலக குளிர்பானம் தேவையில்லை உனக்கு !
இயற்கை அன்னையின் இளநீர் தேவாமிர்தம் இருக்கு ! பருப்பும்
நெய்யும் கலந்து உண்டு வந்தால்
பளபளவென மினுக்கும் உந்தன் தேகம் !
சீரகம் கலந்த கொதிநீரை தினமும்
பருகி வந்தால் சீராகும் உந்தன் தேகம் !
பதப்படுத்தப்பட்ட, நெகிழிப்பையில் அடைக்கப்பட்ட உணவுகளை
அறவே ஒழிப்போம் !
பக்குவமான இயற்கை உணவை
இனிதே வாழ்வினில் சேர்த்து
வளம் பெறுவோம் !

SRINIVASAN T

குழம்பு ருசி

அதிகாலை சுப வேளை
விழி திறந்த நேரம் !
குழம்பு மணம் வீசும் !
மனம் நிறைக்கும் வாசம் !
இதுவே என் சுவாசம் !
ஆழ மூச்செடுத்து
நுகர்ந்து பின்
சொட்டுச் சொட்டாய்
அருந்தும் குழம்பின்
பேரமுத ருசிக்கு
ஈடேது இவ்வுலகில் ?

Suresh Kumar. N

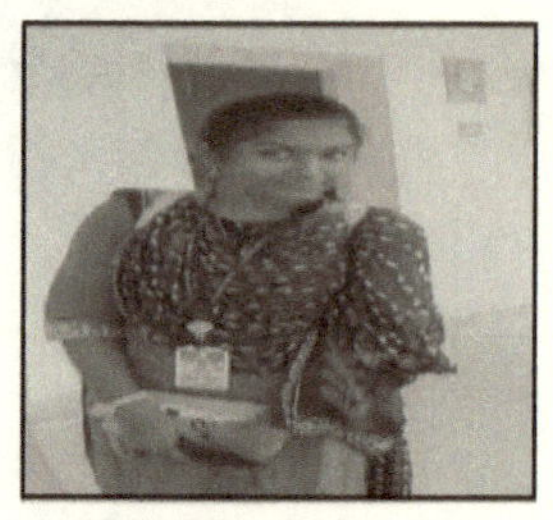

ஊரார் அறியா ரகசியம்

உலகமதையே ஆண்டு வந்தாலும்
உவகை யாவையும் பெற்று வந்தாலும்
உழைப்பேதும் இன்றி வாழ்ந்து வந்தாலும்
உழைப்பைத்தவிர வேறு இல்லை என்றாலும்
ஊரார் அனைவரும் மெச்சிக் கொண்டாலும்
ஊனுடல் உழன்றும் பொழுதினில்
உயிர் கேட்டு வயிறு கதறும் போதினில்
உன்ன ஓர் இடம் இல்லை என்றால்
உணவு கொள்ள ஒரு நிலை இல்லை என்றால்
உணவு சமைக்க ஒரு உள்ளம் இல்லை என்றால்
உருமாறிய கொரோனாவை விடவும்
உருவிழந்து போக வைக்கும் சில
உணர்வுகளைத் தாங்கும்
உள்ளங்கள் உறங்கச் செல்கின்றன
ஊறியக் கண்ணீர் கிணற்றுக்குள் !

சிந்துகவி.த

ஆன்றோர் வாக்கு

உணவே மருந்து மருந்தே உணவு
அறிந்து நாமும் அறிவாய் நடப்போம்
அறுசுவை உணவு ஆயிரம் இருக்கும்
அளவாய் உண்டு ஆருயிர்க் காப்போம்

அவசரச் சோறு ஆபத்து என்றே
ஆன்றோர் சொன்னார் அழகாய் ஏற்போம்
ஆறிய உணவு அவதியைக் கொடுக்கும்
அகத்தில் ஏற்றி பிணிகள் தவிர்ப்போம்

உண்ணா நோன்போ ஆயுளைக் கூட்டும்
உண்மை இதனை உணர்ந்து தெளிவோம்
உணவை மருந்தாய் மனத்தில் கொண்டு
உடலதைப் பேணி உயர்நிலை அடைவோம்

உமாதேவி வீராசாமி

நீயில்லாமல் நானில்லை

அறுசுவை என்ற ஒன்று மட்டுமே !
ஆயுள் முழுவதும் போதும் என்பேன் !
இன்னெட்டும் தென்னாட்டு நெய்யின் மணமும் !
ஈக்கள் போல் பின்னால் சுற்றுகிறேன் !
உணவு எடுத்துரைக்கப்படா உணர்ச்சி !
ஊரூராக திரிகிறேன் உணவின்
உறவினர்களை கண்டு சுவைக்க !
எத்தனை சோர்வுற்றாலும் நீ தான் மகிழ்ச்சி !
ஐவிரல் போதவில்லை உன்னை அள்ளி அருந்திட
ஒருமுறை உன்னை கண்டால்
உன் பெயர் கேட்டால்
ஓராயிரம் வலியும் மறைகிறதே !
ஒளவியின் வழியில் நடக்கிறேன்
என்பதில் பெருமை கொள்கிறேன்!
"ஐயமிட்டு உண்ணுவதால்"

இப்படிக்கு,
உணவின் காதலி.

V. SORNALAKSHMI (YAAZHMALAR)

உணவே மருந்து

நாடும் ஏடும் உணவுக்காக
நாடு முழுவதும் மனிதனின் பசிக்காக

உடல் ஆரோக்கியத்திற்கு சிரித்து வாழ
உள்ளம் ஆரோக்கியத்திற்கு சேர்ந்து வாழ

அளவோடு சாப்பிட்டால் மருந்தாக
அளவுக்கு மீறினால் அமிர்தமும் நஞ்சாக

பழைய சோற்றில் இல்லாத நோய்கள் கூட
பட்டணத்து உணவில் மறைந்திருப்பதாக

மண்ணில் முளைத்த மகத்துவங்கள்
மாண்டு போகக் கூடும் வயதுகள்

மருந்து மாத்திரை இல்லா உலகில்
மனம் ஏங்குது நலம் வாழ

நேரத்திற்கு நேரம் உணவு எடுத்துக் கொள்ள
நோயில்லாமல் வாழ
உணவே மருந்தாக

Vijay kumar

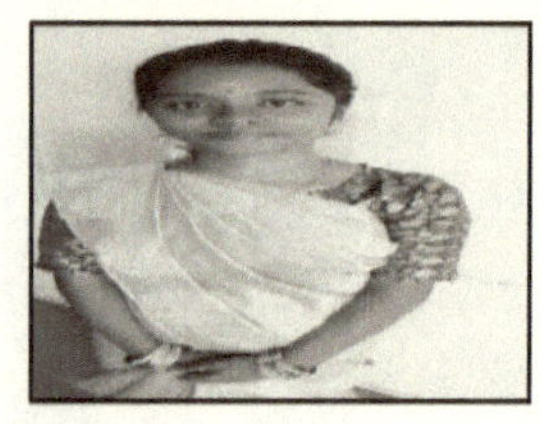

உணவு

விவசாய நிலங்கள் எல்லாம்
விலைநிலங்களாகின
ஏர்பிடித்த கைகளெள்ளாம்
போர்க்கொடிகளாக மாறின
வேளாண்மை மறந்து வெளிநாடு ஓடினோம்
தாய்நாடு வந்தேனோ மரநிழலை தேடினோம்
மேற்கத்திய மோகத்தால் விவசாயம் மறந்தோம்
உழவன் உருக்குலைவதை
கண்டுகொள்ளாமல் கடந்தோம்
விதைத்தவன் வதைகிறான்
போராட்டப்போரில் வருத்தமில்லாமல் வாழ்கிறோம்
விவசாயமிழந்த ஊரில்
சேற்றில் கால்வைத்தவன்
சோர்ந்து கிடக்கிறான்
அவனளித்த சோற்றை உண்கிறோம் நாம்
ஏனோ அவனை மறந்துக்கிடக்கிறோம்
பசிப்பிணியால் மறைந்தோர் சிலர் - அதனை
மறந்து உணவை வீணாக்குவோர் பலர்
இருக்க வேண்டாம் விவசாயம் மறந்து !
வாழும் உயிர்களுக்கு உணவேமருந்து !
நீ நட அதனை உணர்ந்து !

யாழினி வேல்முருகன்